शेड्स

सुहास शिरवळकर

दिलीपराज प्रकाशन प्रा. लि.
२५१ क, शनिवार पेठ, पुणे - ४११०३०

◆ शेड्स / Sheds

◆ प्रकाशक
राजीव दत्तात्रय बर्वे
मॅनेजिंग डायरेक्टर
दिलीपराज प्रकाशन प्रा. लि.
२५१ क, शनिवार पेठ, पुणे - ४११०३०.

◆ © सुगंधा शिरवळकर
२५१/क, शनिवार पेठ, पुणे - ४११ ०३०.

◆ **प्रकाशन दिनांक** - २० मार्च २०१०

◆ **प्रकाशन क्रमांक** -१७६५

◆ **ISBN -** 978 - 81 - 7294 - 790 - 3

◆ **टाइपसेटिंग**
पितृछाया मुद्रणालय,
९०९, रविवार पेठ, पुणे - ४११ ००२.

◆ **मुखपृष्ठ व मलपृष्ठावरील मजकूर -** सागर नेने

◆ **website :** www.diliprajprakashan.com
◆ **Email :** diliprajprakashan@yahoo.in

कोणत्याही चांगल्या विनोदाला
खदखदून दाद देणाऱ्या
आणि रहस्यकथांकडे
गांभीर्याने पाहणाऱ्या
कोणाही रसिक वाचकास-

— सु. शि.

सस्नेह नमस्कार,

"एक...फक्त एकच!," "कथा-पौर्णिमा",

"एव्हरीथिंग... सोऽसिम्पल!,"

"थँक यु, मिस्टर न्यूजपेपर!", आणि "माहौल" या कथा-संग्रहांनंतर,

"शेड्स" हा माझा नवा संग्रह तुमच्या हाती सोपवताना, मला विशेष आनंद होण स्वाभाविकच आहे.

वरील यादीत नाव नसलेला आणखी एक संग्रह माझ्या नावे जमा आहे. "राजरोस". या संग्रहात एक लघुकादंबरी व पाच कथांचा समावेश असल्याने, तो मी कथा-संग्रहांच्या यादीत समाविष्ट केलेला नाही.

१९७३ साली मी अगदी करकरीत कोरेपणाने रहस्यकथा-लेखनास सुरुवात केली, तेव्हा श्री. पु. वि. बेहेरे ह्यांनी "एक प्रयोग" म्हणून, विनोद व रहस्य यांची सांगड त्यांच्या तेव्हाच्या "जत्रा" या मासिकात घालून पाहिली होती. आणि तेव्हा ती अतिशय प्रभावी ठरली होती.

"शेडस्" या संग्रहात मी तोच प्रयोग लहान प्रमाणात करीत आहे.

१९८९ ते १९९६ या आठ वर्षांच्या काळात दीपावली

अंकासाठी अंकासाठी लेखन करीत असताना, माझ्या हातून सामाजिक लघुकथा बऱ्यापैकी लिहून झाल्या. विनोदी आणि रहस्य-प्रधान(ढोबळमानाने) कथांचं लेखन मात्र खूपच तुरळक झालं. (तुरळक,'नगण्य' नव्हे!) केवळ विनोदी, किंवा केवळ रहस्यमय असा कथा-संग्रह प्रकाशनास देतार येईल का, याचा शोध घेताना, माझ्या ते लक्षात आलं. संग्रह तयार करायचा असेल, तर हे दोन्ही प्रकार एकत्र करण्याला पर्याय नव्हता. म्हणजे तसा, होता. कथा-प्रकारातील कथांची संख्या पूर्ण होईपर्यंत थांबण! पण तसं थांबण्यापेक्षा, सांगड घालणं माल श्रेयस्कर वाटलं.

या संग्रहात प्रामुख्याने रहस्य वा विनोदी अंगाने जाणाऱ्या लघुकथा आहेत. अपवाद म्हणून एखादा विनोदी लेख आहे. पण तोही कथेच्याच अंगाने जातो. 'रहस्य' वा 'विनोद' असं बटबटीत वर्गीकरण प्रकारणासाठी इथे मान्य केलं असलं, तरी या कथांमधल्या रहस्य वा विनोदाला वेगवेगळ्या पातळ्या वेगवेगळे हेतू आहेत. म्हणूनच, संग्रहाचं 'शेडस्' हे नाव. अन्यथा, 'शेडस्' या नावाची कथासंग्रहात नाही.

आधीच्या कथा-संग्रहांप्रमाणेच, या 'शेडस्'ही तुम्ही नेहमीच्या उत्साही रसिकतेने स्वीकाराल, अशी खात्री आहे.

सुहास
शिरवळकर

अंतरंग

१.
जरा सल्ल्या-सल्ल्याने

नानासाहेब सेवक हे "नान्या" असल्यापासून - म्हणजे, अगदी शालेय जीवनापासून तसे अत्यंत उपद्रवी! त्यांना भानगडींचा वास येणार; त्यात नाक खुपसण्याची इच्छा होणार. एखादं प्रकरण हाताशी लागणार आणि त्याचा ते अचूक फायदाही करून घेणार!

नाना मोठेपणी किमान गल्लीमधला कार्यकर्ता तरी होणार, ही लक्षणं त्यांच्या बालवयातच इतकी स्पष्ट होती की, त्यासाठी कोणा ज्योतिष्याची गरज नव्हती! नवव्या इयत्तेत नापास होत असताना त्यांनी वर्गशिक्षकाचं एक लफडं शोधून काढून, त्यांचं नाक दाबून ज्या पध्दतीने स्वत:ला वरच्या इयत्तेत दाखल करून घेतलं होतं, तिथे तर त्यांच्या सामाजिक जीवनाची दिशा पक्की झाल्यासारखीच होती!

सर्वसामान्य युवकाप्रमाणे नाना एस.एस.सी पास झाल्यावर कॉलेजात दाखल झाले. पण त्यांची कारकीर्द "सर्वसामान्य" या सदरात मोडणारी मात्र मुळीच नव्हती. चार वर्षांचा डिग्री कोर्स त्यांनी सहा वर्षात पूर्ण केला. एटीकेटी वगैरे सवलती मिळवून ते थर्डक्लासमध्ये पास झाले म्हणून नाही. ते तर काय, बहुतेक विद्यार्थी असे पास होतात!

पण नानाचं सारंच अजब!

त्या वेळच्या सुपरवायझर्सना 'नाना सेवक' ओळखायला सांगितला असता तर प्रत्येक सुपरवायझरनं वेगवेगळा मुलगा नाना सेवक म्हणून ओळखला असता! आता, ज्या मुलांनी नानाच्या मैत्रीखातर वा त्याच्या धाकामुळे हारकिरी मान्य केली, ती मुलंही अभ्यासात यथातथाच असल्याने नानांना पास क्लास द्यावा लागला, ही गोष्ट अलहिदा! पण शिक्षणाचं शुक्लकाष्ठ संपलं हे एक आणि असं आहे - समाजसेवेचं व्रत घेतलेल्या माणसाचं शिक्षण कोण पाहतो!

'नान्या'- 'नाना'-'नानासाहेब!' नानांचा हा प्रवास सोपा मुळीच नव्हता. त्यांना त्यासाठी अतिशय परिश्रम घ्यावे लागले. शिव्याशाप घ्यावे लागले! पण लोक काय, असंही बोलतात आणि तसंही बोलतात! इतक्या माणसांची कॉर्पोरेशन लेव्हलपासून कामं करायची! त्यात, नाना भाड्याच्या खोल्यांमधून स्वतःच्या बंगल्यात राहायला गेले! सायकल...... मोपेड.... स्कूटर...... मोटार....अशी त्यांची वाहनं बदलत गेल! त्यांच्या आणि बायको-पोरीच्या अंगावर ठसठशीत दागिने दिसू लागले! इतकं तर गेला बाजार होणारच की! पण लोक साले हरामखोर! त्यांना वेळप्रसंगी 'नानासाहेब' म्हणतील......त्यांच्या पैसे खाण्याकडे दुर्लक्ष करून, स्वतःची कामं मार्गी लावून घेतील; पण हेच नाना वारकऱ्यांच्या निष्ठेनं निवडणुकीला दोनदा-तीनदा पडले! एकदा तर डिपॉझिट जाता-जाता वाचलं!

काय म्हणावं या लोकांना! माणसानं अधिकाधिक विस्तृत कार्य तरी कसं करावं? सत्ता नसेल तर मर्यादा पडतात. कोणीतरी सत्ताधारीवर अवलंबून राहावं लागतं. शेअर वाढतात. ते वाढतील, तसा कामातला उत्साह कमी होतो.

कधी कळणार?

नानासारखा हिकमती आणि हुरहुन्नरी माणूस तेवढ्या अपयशानं हाय खाणार नाही, हेही तितकंच खरं म्हणा! पहिल्या वेळी ते दणकन आपटले, तेव्हाच त्यांच्या डोक्यात वेगळी तिकडमबाजी सुरू झाली.

अरे, स्वतःचा पैसा खर्च करून, दर वेळी पडण्यास निवडणुकीला उभं राहणं आपल्याला परवडण्यासारखं नाही! हा पैसा समाजाकडून घेतला

पाहिजे. त्यासाठी मध्यमवर्गीय-उच्चमध्यमवर्गीय माणसांपेक्षा व्यापारीवर्ग वेठीला पकडला पाहिजे. आणि हा वर्ग असा बदमाष की उपद्रवमूल्य किंवा फायदेशीर उपयुक्तता असेल, तरच याच्या तिजोऱ्यांची दारं उघडतील.

दैनिक वर्तमानपत्र!

दैनिक हे जनतेला रोजच्या, ताज्या घडामोडी कळाव्यात यासाठी असतं- कोणी सांगितलं तुम्हाला? भ्रमात आहात! वंतमानपत्र ही शक्ती आहे. एखाद्या माणसाला ही शक्ती कोणत्याही प्रसंगातून तारू शकते आणि प्रसंग नसतानाही मारू शकते! एखादं वृत्तपत्र हात धुऊन मागं लागलं, तर बडी-बडी शहाणी माणसंही नांग्या टाकतात. हात जोडून शरण येतात. भरभराटीला साहाय्य करतात!

नानांनी 'दैनिक सेवाव्रत' चालू केलं, ते या उदात्त हेतूने! त्याने अनंत फायदे त्यांना झाले. पैसे कमावणाऱ्या नव्या-नव्या युक्त्या कळल्या. सरकारी जाहिराती आणि कोट्यांचा कागद खुल्या बाजारात चढत्या भावाने विकणं- हे किरकोळ आहे! हे तर कोणतंही वृत्तपत्र करू शकतं. नानांसारख्या माणसाला यापेक्षा समाजातील प्रतिष्ठितांच्या फायली तयार करणं आणि त्यातली माहिती योग्य वेळी छापणं किंवा न छापणं- हे जास्त आव्हान वाटणार! आमदार, खासदार असेल तर, प्रसंगी ही फाइल लाखांच्या घरात विकता येते! 'तिळा उघड' या मंत्रासरखा तिचा कुठेही हुकमी वापर करता येतो.

'दै. सेवाव्रत' मुळे एक मात्र झालं. प्रत्यक्ष राजकारणात शिरून आमदार-खासदार होण्यापेक्षा, निवडून आलेल्या पुढाऱ्यांच्या दोऱ्या हातात असणं किती फायदेशीर आणि निर्धोक असतं, ते नानांना समजलं! त्यांच्या भरभराटीला मग पारावरच उरला नाही!

आणि असं आहे- 'सेवक' असं अडनाव असलेला गरीब बिचारा माणूस तो! त्याची भरभराटीची कल्पना अशी ती काय असणार? पोटापाण्यापुरते दरमहा दहा-वीस लाख मिळाले....बस झालं की! त्यांना कुठे शंभर कोटींची हाव होती ? काय, चार-पाचशे एकर जमिनी खरेदी करायच्या होत्या, का स्विस बँकेत खातं सांभाळायचं होतं?

करायचा काय इतका पैसा? तो कधीतरी लोकांच्या डोळ्यात येऊन पुर्ण बरबाद करणार! एक दुमजली बंगला.....पुढे गार्डन. मागे स्वीमिंग पूल.....एक स्टड फार्म.....उन्हाळा अगदी असह्य झाला, तर महाबळेश्वर-माथेरानसारख्या थंड हवेच्या ठिकाणी एखादं फार्म हाउस, किंवा स्वत:चं हॉटेल.....बाऽस!

एक मुलगा आणि एक मुलगी दोनच वारस! त्यांना आणखी काय हवं?

कोणताही माणूस हा पूर्णत: सदोष वा शंभर टक्के निर्दोष असूच शकत नाही, तसंच गुण-दोषांच्या मिश्रणातूनच त्याचा स्वभाव तयार होत असतो. या मिश्रणात गुणांचं प्रमाण जास्त असेल तर आपण त्याला 'चांगला', 'सज्जन' वगैरे विशेषणे लावतो. दोषांचं प्रमाण अधिक असेल तर 'बदमाश', 'हलकट', 'दुष्ट'.....वगैरे.

नानांच्या बाबतीत एक गंमत होती. हा माणूस स्वत:चा फायदा नसेल, तर मरणाऱ्याच्यादेखील उपयोगी पडायचा नाही. पण 'भानगडी' तील लग्न असतील, तर मात्र जातीनं पुढाकार घ्यायचा! जोडप्याला लागेल ती मदत करायचा. त्यांना लपून बसायला आपली जागा वापरू द्यायचा. कमी पडत असतील तर पैसेही पुरवायचा.

अर्थात नानांपर्यंत पोहोचू शकणारी मुलंही बड्या घरांतली असायची म्हणा! कोणा क्लार्कची नोकरी नसलेला मुलगा आणि कोणा एस. टी. ड्रायव्हरची शिक्षण घेणारी मुलगी त्यांच्यापर्यंत पोहचूच शकायची नाही! सगळं कसं मोठ्या पातळीवर! नाना दोघांना अगदी जुजबी माहिती विचारायचे. तुम्ही कोणाची मुलं? घरून परवानगी घ्यायचा प्रयत्न केला का? घरची माणसं 'नाही' का म्हणतात? तुम्ही दोघं काय करता, प्रेम सोडून जगण्यासाठी? आणि सर्वांत महत्त्वाचा प्रश्न म्हणजे तुमची वयं काय?

बस! या प्रश्नांची समाधानकारक उत्तरं मिळाली की, नानांनी पाठिंबा दिलाच! आणि त्यांचा पाठिंबा म्हणजे लग्न झालंच! नंतरही, ते मुलाच्या घरच्यांनी मुलीला स्वीकारण्यापर्यंत सगळं पाहायचे!

खरं तर, नानांचे व्याप इतके मोठे आणि वरच्या पातळीवर चालायचे

की, असलं काही करत बसायला त्यांना वेळही नव्हता आणि गरजही नव्हती. पण या सामाजिक कार्यासाठी ते कसाही वेळ काढायचे. त्यांनी आजपर्यंत शंभर-एक तरी विवाह या पद्धतीने लावून दिले असतील! म्हणजे, ते स्वत: कुठे जायचे नाहीत, पण योग्य तो सल्ला द्यायचे. अचूक माणसं सांगायचे. कलेक्टरची मुलगी मसालेवाले पिप्रोडियांकडे....रेमंड शॉपचे मालक शहाची मुलगी डॉ.वैराळेंच्या मुलाला.....इतकंच काय, पालकमंत्री सूर्यवंशीच्या दोन मुली त्यांनी अशा घाईघाईत बोहल्यावर चढवल्या होत्या!

यामागचं खरं कारणं हे होतं की, नाना कारकीर्दीच्या सुरुवातीच्या कालखंडात पक्षाच्या एका कार्यकर्तीच्या प्रेमात होता. पण नानांचं तेव्हा कशातच काही नव्हतं आणि ही कार्यकर्ती एका खासदाराची अनौरस मुलगी! तिची आई नाही. बाप डॉक्टर; पण तिच्या कल्याणाची सर्व जबाबदारी या खासदारानं घेतलेली! ती त्यानं का घेतलीय, हे उघड गुपित!

नानांनी खासदारसाहेबांना थेट विचारलं. त्यांनी आक्रस्ताळेपणा न करता, नानांना त्यांची पायरी दाखवून दिली. वर मोलाचा सल्ला दिला, 'पुन्हा असलं काही मनात आणू नकोस! कारण राजकारणात जलद हालचालींना फार महत्त्व आहे आणि त्या करायच्या, तर मेंदूइतकंच संपूर्ण शरीर शाबूत असण्याचीही आवश्यकता असते!'

नाना तेव्हा कोणीच नसल्याने, त्यांना मुलगी हातची जाऊ द्यावी लागली. शहाणं होऊन खासदारांनी जेमतेम मुलीचं शिक्षण पुरं होऊ दिलं. लगेच विवाहबद्ध होऊन, मुलगी कायमची अमेरिकेला!

अर्थात, तेव्हा नाही; पण वीस वर्षांनी उतरत- उतरत खासदार सामान्य पुढारीपणाच्या पातळीवर आले, त्या वेळी नानांच्या तावडीत सापडलेच! 'तुमचं काम करायचं नाही, तर कोणाचं?' वगैरे दिशाभूल करीत नानांनी त्यांना व्यवस्थित थर्ड लावला! एक प्रकरण निर्माण करून त्यात या माजी खासदारांना असं काही गळ्यापर्यंत अडकवलं की, तुरुंगाची हवा खाता खाता बिचारे संन्यास घेऊन घरी बसले! त्यातही पुन्हा मेख अशी की, त्यांना तुरुंगात जाण्यापासून नाना या देवमाणसानंच वाचवलं! देशभर छी: थू: होण्याऐवजी दहा लाखांवर प्रकरण मिटलं, म्हणजे छानच की!

आपल्यापाशी बुद्धी, कर्तव्य...सारं काही असून आपण कोणी नव्हतो. आपल्याला कोणाचं पाठबळ नव्हतं, म्हणून आपल्याला प्रेमावर पाणी सोडावं लागलं. म्हणून नाना अशा विवाहाकडे सहानुभूतीने पाहायचे. वधूपित्याचा तडफडाट त्यांच्या मनाला कुठे तरी थंडावा द्यायचा. विवाह मान्य करायला लावताना त्यांना आपल्या दु:खाचं, अपमानाचं थोडं परिमार्जन झाल्यासारखं वाटायचं.

नानांनी आजपर्यंत अशी कित्येक 'फाइव्ह' आणि 'थ्री' स्टार्स लग्न लावून दिली होती; पण या वेळी त्यांना वेगळाच अनुभव येत होता. त्यातलं थ्रिल आकर्षित करत होतं.

त्यांच्याच 'सेवाव्रत' चा तरूण संपादक राजेंद्र गजबर त्यांच्यासमवेत इच्छुक वर म्हणून उभा होता! त्याच्या सांपत्तिक स्थितीची नानांना माहिती होती. त्याचा पगार तेच देत होते. त्याची बुद्धी, क्षमता....सगळ्या गुणांशी त्यांचा परिचय होता. तो दिसायला देखणा आहे, हे तर दिसतच होतं.

म्हणजे, खोड काढायला तशी जागा नव्हती. एक सांपत्तिक स्थिती जरा....तेही त्यानं कोणा खानदानी श्रीमंताची मुलगी निवडली होती म्हणून! मुलगी मध्मवर्गीय वगैरे असती तर प्रश्नच उद्भवला नसता! आपल्या मुलीनं नशीब काढलं, म्हणून तिच्या बापानं आनंदानं तिचं लग्न राजेंद्रशी लावून दिलं असतं!

गरीब-श्रीमंत शुभविवाह!

त्या कल्पनेनेच नानांना धुंदी चढली.

साला, पैशाच्या जोरावर प्रेम चिरडतात- हे मुलींचे श्रीमंत बाप!

काही नाही; हा विवाह झालाच पाहिजे!

होणारच!

"राजेंद्र....मुलीचा बाप काय करतो,म्हणालास?"

"व्यापारी आहे- गडगंज!"

"आणि मुलगी?"

"ती कॉलेजात शिकते"

"तिनं घरी काही कल्पना दिलीय का?"

"नाही!''

"का?''

"नानासाहेब....मी तिला म्हणालो होतो, मी घरी येतो....विचारतो.''

"मग?''

"ती नको म्हणाली. तिच्या घरून या विवाहाला कधीच परवानगी मिळणार नाही. तिचा बाप फार खडूस आणि संतापी आहे. भाऊ तर तलवारच बाळगतो!''

"तलवारीचं नको सांगूस! मी तुला दहा तलवारी दिल्या असत्या! शिवाजी महाराजांच्या काळात नसतील, इतक्या तलवारी आताच्या काळात आहेत!''

"होऽपण आपल्याला युद्ध करण्याची गरज काय, नानासाहेब? मुलगी मी इशारा करताच पळून यायला तयार आहे ना!''

"हो, तेही खरंच म्हणा! पण...त्यांचा इतका विरोध का असावा?''

"पैसा आणि जात! एका संपादकाला मिळून-मिळून पगार तो किती मिळणार आणि त्यात तो श्रीमंतीत व लाडात वाढलेल्या आपल्या मुलीला सुखात कसा काय ठेवणार!''

"पैसा.....तो काय, कितीही मिळाला तरी कमी पडू शकतो आणि समाधानी असलं तर कमी पैशातही स्त्री सुखाने संसार करू शकते!''

"हो ना! पण सं.....संयोगिताच्या वडिलांना हे मान्य व्हायला हवं ना!''

"आणि जातही भूतकाळात जमा झाली! मी स्वतःच किती तरी आंतरजातीय विवाह लावून दिलेत!''

"मला माहितीच की! म्हणून तर योग्य सल्ल्यासाठी मी तुमच्याकडे आलो! पण संयोगिताच्या घरच्यांना हे शहाणपण कोणा शिकवणार? सामाजिक सुधारणांबाबत हीच गंमत असते, नानासाहेब. त्या आसपासच्या समाजात व्हाव्यात, असं प्रत्येकाला वाटत असतं; स्वतःच्या घरापर्यंत पोहोचाव्यात, अशी मात्र कोणाचीच इच्छा नसते!''

"मी भेटू का संयोगिताच्या बापाला?''

"नको, नानासाहेब!"

"का?"

"तुम्हाला ते काही म्हणू शकणार नाहीत. पण अहो, त्यांना जरा संशय आहे. कुणकुण आहे.....तर त्यांनी संयोगिताला घरात डांबून ठेवलंय! तिनं मला कसाबसा निरोप पाठवला- "सगळी तयारी झाली की सांग. मी एकदाच घराबाहेर पडू शकेन! तेव्हा घोटाळा झाला....ऐन वेळी माघार घेतली, तर तू मला विसरणं चांगलं!"

राजेंद्रचं बोलणं ऐकून नानासाहेब गंभीर झाले. विचार करू लागले. मग निर्णय होताच म्हणाले, "राजेंद्र, दुसरा मार्ग दिसत नाही. या संयोगिताचं वय काय आहे?"

"एकवीस पूर्ण आहे ती"

"नक्की ना? नाही तर नंतर गोत्यात येशील हं!"

"हो-हो! मी ती खात्री करून घेतलीय!"

"मग ठीक आहे. आळंदीला जाऊन तुम्ही लग्न उरकून, मगच थेट तिच्या घरी पाया पडायलाच जा!"

"नानासाहेब....!"

"अरे, शंभर तरी विवाहांचा अनुभव आहे माझ्या पाठीशी!"

"ते खरं आहे. पण....अचानक.....नाही, विवाह म्हणजे....."

"हां-हां, ती काळजी करू नकोस! मी आहे!"

"ओऽह ! मग प्रश्नच नाही!"

"जा, साळवीला मी फोन करतो. त्याच्याकडून वीस हजार रुपये घे. माझ्या पर्सनल अकाउंटला मांडायला सांग ते! आळंदीला कोणाकडे जायचं....कोणाला किती पैसे द्यायचे.....तुम्हाला कन्यादानासाठी आई - वडीलपण देतो; मग तर झालं?"

नानासाहेबांनी इतकी तयारी दर्शवताच राजेंद्र गजबर अगदी गहिवरलाच. त्यानं डोळ्यांतले अश्रू लपवत, त्यांचे पाय धरले.

"बस! तुमचा आशीर्वाद पाठीशी असल्यावर, यशाचा पर्याय नाही!"

नानासाहेबांनी त्याला आशीर्वाद दिला. मग ते आपल्याच नव्या

धुंदीत रंगून गेले.....

ते आठ दिवस म्हणजे अगदी गडबडीचे. रूटीन सांभाळून केलेलं जादा तासांचं कामच! नानासाहेब या आठ दिवसात इतके व्यस्त होते, की त्यांना दिवस-रात्रीची पण शुद्ध नव्हती.

राजेंद्र गजबरच्या तयारीमुळे नाही, तिथे तर त्यांना ढूंकून पहावं लागत नव्हतं. त्यांची माणसं 'त्या' कामी अगदी तयार होती!

याच काळात मुख्यमंत्र्यांचा विभागीय दौरा यायचा होता. नानासाहेब आपल्या कार अन् स्टाफसह त्यांच्या दिमतीत होते. आज अमका प्रकल्प पाहायचा, उद्या तमुक योजनेसाठी जमिनीची पाहणी करायची! उद्‌घाटन, मुहूर्त आणि सभांची तर रेलचेल होती! त्या गडबडीत एका सौ. आमदारांनी आपल्या सुनेच्या ब्यूटीपार्लरचं उद्‌घाटन उरकून घेण्याचाही घाट घालून घेतला. ते कसलं आहे हे लक्षात येताच, मुख्यमंत्र्यांनी शिताफीनं उपमुख्यमंत्र्यांना तिकडे पाठवून दिलं. आणि स्वतः व्यापाऱ्याच्या एका 'डेलिगेशन' ला सामोरे गेले. उपमुख्यमंत्री 'तो' कार्यक्रम उरकुन आले तेव्हा पूर्वीपेक्षा तुकतुकीत आणि चिकणे दिसत होते, असं मुख्यमंत्र्यांचंही नाराज मत पडलं आणि ते थोड खरं होतं! उपमुख्यमंत्री फेशियल.... केसांचं सेटिंग वगैरे करून आले होते. याच गोष्टीची मुख्यमंत्र्यांना खंत वाटली होती. कारण सेट करण्यासाठी डोक्यावर आवश्यक असणारे केस.....!

नानासाहेबांनी अर्थातच त्यांच्या 'भव्य' कपाळाची - यामुळेच असलेल्या तैलबुद्धीची स्तुती करून, मुख्यमंत्र्यांना खुश करण्याची संधी सोडली नव्हती!

सततचे दौरे, त्यातच राजेंद्र रजेवर गेल्याने दैनिकाच्या रूटीनवर लक्ष ठेवणं आणि राजेंद्रचे फोन, कॉल्स त्यांनी तर नानासाहेबांना हैराणच करून सोडलं होतं! काहीही जरा खुट झालं की, त्याचा सल्ल्यासाठी फोन यायचा- 'नानासाहेब, अमुक झालंय- काय करायचं?' 'नाना, असं करू का, की नको?' आणि हे सगळं बावळटाला इतकं इमर्जन्सी लेव्हलचं वाटायचं की, नाना ॲव्हेलेबल नसतील तर तो त्यांना पेजरवर मेसेज द्यायचा.

मूर्ख कोणीकडचा! मुख्यमंत्र्यांच्या शेजारी बसून नानासाहेब काही

त्याला ‘मुलीला पळवून लग्न कसं करायचं,’ हे सांगणार का?

या हैराणीत एक गोंधळ मात्र झाला. नानांची बायको वैतागून फोन करायला लागली. तिच्यापेक्षा दसपट वैतागून नानांनी तिला तंबी दिली- ‘खबरदार! पुन्हा फोन केलास तर!’

नाही तर काय! इथे दिवस-रात्र युद्धपातळी आहे आणि हिला- दुसरं काय? आज तरी जेवायला घरी येणार का? अहो, गावात असून आठ दिवस तुमचं तर दर्शनदेखील नाही!

राजेंद्रलाही नानांची घायकुती कळत होती; पण संपर्कात राहण्याखेरीज त्याला गत्यंतर नव्हतं. त्याचं बिचाऱ्याचं पहिलं-वहिलं लग्न! त्यातून ते असं! अनुभव असता तर तो कशाला सारखं ‘नानासाहेब-नानासाहेब’ करीत बसला असता! आणि त्या दानशूर माणसानं इतक्या चांगुलपणानं वीस हजार काढून दिले, त्याचा विनियोग नानांना न विचारताच करायचा? किमानपक्षी, ‘मी संयोगितासाठी दोन तोळ्यांचं मंगळसूत्र करायला टाकलं......बांगड्या विकत घेतल्या....नेकलेसला पैसे कमी पडले.....सुटाचं कापड अन् साड्यांची खरेदी झाली....माझा मित्र गणेश यादव आळंदीला जाऊन चौकशी करून आला-गुरुजींनी पंधराशे रूपये सांगितले.....सर्टिफिकेट पंधरा दिवसांनी मिळेल. अर्जंट हवं असेल तर पाचशे रुपये जास्त लागतील! काय कारायचं?’

सगळं कसं- नानांना विचारून....सल्ल्या सल्ल्याने!

सगळी तयारी झाली तेव्हा राजेंद्रचा ‘लग्न’ संदर्भातला शेवटचा फोन:

“नानासाहेब.....उद्या सकाळी आळंदीला जावं म्हणतो!”

“कारे, काही साहित्य- संमेलन वगैरे आहे का?”

“अं-?”

“माझ्यातर्फेही शुभेच्छा देऊन टाक!”

“मी- ते- संयोगिता.....”

“अरे! हो-हो! विसरलोच बघ मी ते! तयारी पूर्ण झाली?”

“एकदम”

"वाऽ वा! मी पण आनंदाने आलो असतो बघ! पण उद्या दुपारी मुख्यमंत्री जात आहेत. हत्ती गेला, शेपटाकरता अडकून नको बसायला!"

"नेव्हर माइंड, सर! तुमचे आशीर्वाद पाठीशी आहेतच! लग्न झालं की, आम्ही आधी तुमच्या पाया पडायला येऊ, मग गणपतीला जाऊ!"

"हार्दिक शुभेच्छा!"

"धन्यवाद नानासाहेब! तुम्ही जी बहुमोल मदत केली...."

हुश्श!

गेले एकदाचे!

छे! एकदा मुख्यमंत्री येऊन जाणं आणि जन्मभर हत्ती पोसणं एकच! आता पहिल्यांदा घर! बाकी सगळी कामं उद्या!

मुख्यमंत्र्यांना भेट गावाबाहेर घालवूनच नानासाहेबांनी सुटकेचा नि:श्वास सोडला.

ड्रायव्हरला त्यांनी कार बंगल्यावर घ्यायला सांगितली.

बंगल्यावर पोहोचले, तेव्हा शरीर इतकं थकलं होतं, की करकरीत तिन्ही सांज झाली नसती, तर ताबडतोब झोपलेच असते. घरच्या चौकशा नंतर!

हॉलमध्ये येताच, त्यांना नेहमीपेक्षा सुनेपण जाणवलं. पाठोपाठ त्यांच्या सौ. बाहेर आल्या; त्याही दु:खीकष्टी चेहऱ्यानं. अबोल उभ्या राहिल्या. घरातले नोकर-चाकर बिचकत-दचकत गोळा झाले.

"काय गं, काय झालं?" नानांनी चमकून विचारलं.

"हो! आता विचारताय?" सौ. एकदम कडाडल्या. "घाईघाईने फोन लावला तर अक्षर बोलायला तयार नाही! अन् आता...."

त्या एकदम रडायलाच लागल्या.

"अगं, पण....झालं काय, सांगशील तर खरं?"

नानांना वाटलं- गेले आपले सासरे! त्या कल्पनेचं त्याना काही केल्या वाईट वाटेना. वर्षभर म्हातारा डायलेसिसवर - तेही जावयाच्या खर्चाने! गेला तर इतकं वाईट कशाला वाटेल? सोनं झालं की आपलंही!

तर, सौ. नं पुढं येत, त्यांच्या हातात एक चिठ्ठी दिली.

नानांनी ती घाईघाईने उलगडली.

अं? संगीताचं अक्षर?

वाचू लागले. वाचताना दर शब्दाला नवे साक्षात्कार होत होते. संगीता- त्यांची एकुलती एक मुलगी- ती कोणा तरूणाबरोबर पळून गेली होती. दोघं लग्न करायला आळंदीला गेले होते! आणि,'तू व नानांनी या विवाहाला परवानगी दिली नसती म्हणून मला नाइलाजानं हा निर्णय घ्यावा लागत आहे....काळजी करू नको....मी आहे तिथे सुखात आहे....'वगैरे!

दहा मिनिटं तरी नानांना काही अर्थबोधच होईना!

"चिठ्ठी केव्हा मिळाली?"

"दुपारी. रखमा संगीताची खोली झाडायला गेली, तेव्हा!"

"आळंदीला पाठवलं होतं का कुणाला?"

"मन्या आणि चव्हाण गेले होते"

"आळंदीभर शोध घेतला साहेब आम्ही!" मन्या पुढे होत म्हणाला. "ताईंचा ठावठिकाणा नाही लागला. त्या आळंदीला नाही गेल्या!"

"नाही?"

"नाही!"

"बरं, कोणी ओळखीचं, माहितीतलं भेटलं होतं का?"

"नाही, कोणी नाही."

"तू त्या अभंग गुरुजींकडे गेला होतास का?"

"होऽ, त्यांच्याकडेच तर गेलो होतो!"

"तिथे 'सेवाव्रत'चा संपादक राजेद्र गजबर नव्हता?"

"छे! त्यांना ओळखतो मी!"

क्षणभर त्यांना कोड्यात पडायला झालं. मग सगळ्या घटना आपल्या जागी फिट बसल्या. ते चकित झाले.

"बरं, जा सगळे!"

सगळे आपापल्या कामाला निघून जाताच नाना सौ. ला म्हणाले,"काळजी करू नका. मुलगी सुरक्षित आहे समजा. येईल, रात्रीपर्यंत तिचा ठावठिकाणा

तरी कळेल!''

"अहो, तुम्हाला शांत राहावतं तरी कसं? ती''

"येईल म्हटलं ना, येईल!''

ती कोणाबरोबर पळून गेलीय्, याबद्दल नानांना खात्री पटली होती. पण त्या राज्यानं, साल्यानं पाचारच अशी मारली होती की, त्यांना काय ते स्पष्ट करून सांगताही येत नव्हतं.

वा! पठ्ठे वा! माझ्याकडूनच पैसे घेतले....वेळोवेळी सल्लाही घेतला माझाच.....अन् पळवलेली मुलगी पण माझीच! होय रे!

ते एकटेच हॉलमध्ये विचार करीत बसले, तर हळूहळू पटायला लागलं-

राजेंद्रने जी खेळी केली आहे, त्यात त्याची काही चूक नाही.

तो हुशार आहे, हिकमती आहे - मुख्य म्हणजे आपला जावई व्हायलाही योग्य आहे! त्यानं सिद्ध केलंय ते! पण, त्याच्याजवळ पैसा नाही आणि तो दुसऱ्या जातीचा आहे- या दोन कारणासाठी आपण त्याला विवाहाला मान्यता दिली नसती, हेही तितकंच खरं आहे!

वा! काय अफलातून मेंदू आहे!

माझ्याकडूनच आळंदीची सर्व माहिती घेत असतानाच- तिथल्या माणसांना भेटत असतानाच, ऐन वेळी घोटाळा झालाच तर धोका नको, म्हणून हा पर्यायी यंत्रणा उभी करत होता!

चौकशी आळंदीची आणि लग्न दुसरीकडेच कुठे तरी!

नानांना राग येण्याऐवजी खदखदून हसू यायला लागलं.

त्याच वेळी त्यांच्या जवळचा फोन वाजला. अपेक्षा असल्याप्रमाणे त्यांनी रिसीव्हर उचलला. कानाला लावला.

"नानासाहेब-?''

"हां, बोल राजेंद्र- लागलं संयोगिताशी लग्न?''

"संयोगिता? हां-हां! प्रेमात आणि युद्धामध्ये येणाऱ्याला आडवं करतात नानासाहेब मी तर नावात फक्त एक 'यो' ॲड केला!''

"लग्न लागलं ना? कोणताही व्यत्यय न येता?''

''आपली कृपा, नानासाहेब! आपण मदत केली.....मार्गदर्शन केलं, म्हणूनच! नाही तर....बरं, मला एक सांगाल का?''

''विचार ना, वा!''

''उद्या संगीता नक्की कोण आहे?''

''म्हणजे?''

''तलवारीनं माझं मुंडकं छाटलं, तरी ती माझी विधवा असू शकते....! आहे त्या परिस्थितीत तुम्ही आमचा स्वीकार केला, तर ती एक संपादकाची पत्नी होते....तुम्ही नोकरीवरून कमीच केलं, तर ती एका सुशिक्षित बेकाराची बायको होते...आणि तुमच्या जावयाचं स्टेटस तुम्हाला वाढवायचं असेल तर....मी काय करावं, असा सल्ला तुम्ही द्याल, नानासाहेब?''

''या, या पार्टनर....! आमच्या लेकीला घेऊन आमच्या पाया पडायला या!''

नाना जोरात म्हणाले. मग फोन बंद करून ते एकटेच खदखदून हसायला लागले. त्यांच्या आवाजाने बाहेर आलेल्या त्यांच्या सौ. चकित होऊन नवऱ्याकडे पाहात असतानाच सौ.च्या तोंडून चुकून प्रश्न निघून गेला.

''गीता आणि राजेंद्र येतायत का?''

नाना काय ते सगळं समजून गेले!- सगळंच!

◻ ◻ ◻

2.
'अरेऽ माझ्या बैलाऽऽ!'

महाविद्यालयीन जीवनाची पार्श्वभूमी असलेल्या चार-पाच तरी कादंबऱ्या माझ्या हातून लिहून झाल्या आहेत. अर्थातच महाविद्यालयीन जीवन रंगवावं, असा प्रत्येकीचा हेतू नसल्याने त्यांचे विषय वेगवेगळे आहेत. लेखनाचे कालखंडही वेगळे आहेत आणि कादंबरीतले कालखंडही पाच-सात वर्षांनी पुढचे आहेत.

'कोवळीक'मधील पार्श्वभूमी पासष्ट ते एकोणसत्तर या चार वर्षांत मी अनुभव घेतलेल्या महाविद्यालयीन जीवनाशी नातं सांगते. 'दुनियादारी' मध्ये पंच्याहत्तर ते ऐंशी या काळातली एक बॅच डोकावते, 'प्रतिकार' च्या कथानकाबाबत, ते कुठेही केव्हाही घडू शकतं. 'मुक्ता' चाही जन्म अठ्ठ्याहत्तर-एकोणऐंशीचा असला तरी, तीही सातव्या दशकातल्या विद्यार्थी जीवनाशीच संबंधित आहे.

आणि गंमत म्हणजे साऱ्या कादंबऱ्या किंवा 'बरसात चांदण्यांची' सारखी टीन एज लव्ह स्टोरी, 'जाता-येता' सारखी 'आल्टीमेट'(?) भपंकगिरी. आजही या कादंबऱ्या तेवढ्याच लोकप्रिय आहेत. त्यांना ऐंशी सालातलीच दाद ब्याण्णव सालीही मिळते.

यामागचं कारण माझ्या मते दर लाटेगणिक स्टाइल्स बदलत्या तरी अनुभवांमागची मूलभूत प्रेरणा आणि प्रवृत्ती

त्या-त्या वयात तीच असते, हे आहे. म्हणूनच, या कादंबऱ्या वाचत असताना जुन्या लोकांना पुन्हा एकदा आपल्या वेळेचं महाविद्यालयीन वातावरण अनुभवल्यासारखं वाटतं, आणि नव्या पिढीला तर ते 'आपलं' वाटतंच!

हे आठवण्याचं वा लक्षात येण्याचं कारण असं: गेल्याच महिन्यात ऑगस्टमध्ये आम्ही इचलकरंजीकर या महोत्सवानिमित्त इचलकरंजीला गेलो होतो. तिथे झालेल्या प्रकट मुलाखतीत माझ्या महाविद्यालयीन जीवनासंबंधी बोलताना एक किस्सा असा आठवला, जो कित्येक वर्षे विस्मृतीत गायब झाला होता! तो मी सांगत असताना मुलाखत घेणारे एक प्राध्यापक, निरनिराळ्या महाविद्यालयातली वेगवेगळ्या शाखांची मुलं-मुली आणि अन्य श्रोते.....सारेच जण खदखदून हसत, एन्जॉय करीत होते.

माझा मोठा भाऊ किंवा त्याचे समकालीन किस्से सांगायचे, तेव्हा मी देखील असाच खदखदून हसायचो. एखादा विलक्षण किस्सा तर संबंधित मित्राच्या तोंडून पुन्हा-पुन्हा ऐकायलाही मला यायची.

माझा मोठा भाऊ- बाबा- यानं एका कलाकार मित्राला चॅलेंज देऊन त्याचा बासरी वादनाचा कार्यक्रम कसा धुळीला मिळवला याचा किस्सा तर अमरच होता. बाबा तबला अतिशय सुंदर वाजवायचा.

साथीला तर तो उत्कृष्टच होता. या बासरीवादकाबरोबर त्याने पाच-पन्नास वेळा साथ केली होती. पण वात्रटपणासाठी आणि खदखदून हसण्यासाठी त्याला स्टेजसुद्धा निषिद्ध नसायचं. म्हणून एका महत्त्वाच्या प्रोग्रॅमच्या वेळी 'बासरी' नं बाबाला साथीला घेतलं नाही. म्हणाला, 'तू नको! तू स्टेजवर राडा करशील!' बाबा म्हणाला,'ठीक आहे मी स्टेजवर आलो नाही तर तुझा कार्यक्रम रंगेल म्हणतोस! मी प्रेक्षकांत बसतो. पाहू किती रंगतो!' आणि बाबा अगदी पहिल्या रांगेत मित्रांच्यासमोर दाद वगैरे देतोय! जेमतेम दहा-पंधरा मिनिटं छान गेली. नंतर बाबानं खिशातून गाभुळल्या चिंचा काढून त्या छानपैकी मीठ लावून खायला सुरवात केली.

खल्लास! बासरीवादन पाच मिनिटांतच संपलं! मित्र बिचारा तोंडाला पाणी सुटून-सुटून हैराण झाला.

हा किस्सा बाबा खास बासरीच्या फुंकेसकट साभिनय सांगायचा.

त्यानं तो मित्रांमध्ये सांगितला. कॉलेजातल्या विद्यार्थ्यांमध्ये सांगितला. त्याचे नाटक, कविता, गाणी.....असे अनेक ग्रुप्स होते, त्यांच्यात सांगितला. नंतर तो एका मराठी चित्रपटातही दाखवला गेला!

असे खास वात्रटपणाचे किस्से तर 'एव्हरग्रीन' असतातच. कालनिरपेक्षपणे ते नुकतेच घडल्यासारखे ताजे अन् टवटवीत वाटतात. त्यात जर सांगणाऱ्याला शेरास सव्वाशेर भेटला असेल तर ऐकतानाही खुमारी काही औरच!

मी 'वाचक मेळावा, लेखक तुमच्या भेटीला.....''अशा कार्यक्रमांनिमित्त महाराष्ट्रभर फिरतो. बोलवणं येईल तिथलं निमंत्रण आनंदाने स्वीकारतो. यात बरंच काही साधलं जातं हा मुद्दा आता महत्वाचा नाही.

एकदा पुण्याजवळच्याच एका गावातल्या वाचनालयाने अशा 'लेखक-वाचक' संवादासाठी मला बोलावले होतं. हा कार्यक्रम त्यांनी अगदी खास सु.शि.प्रेमी वाचकांपुरताच मर्यादित ठेवला होता. निमंत्रणं सरसकट नव्हती. एका हॉटेलमध्ये वीस-पंचवीस मेम्बर्स असतील, म्हणता म्हणता पन्नास-साठ वाचक 'खास' म्हणून हजर होते.

भारतीय बैठक. गप्पांची मैफील असल्यासारखे सगळे मला अर्धगोलात घेरून बसलेले. माझ्या अगदी समोर सतरा-अठरा वर्षांची एक युवती बसलेली होती. आणि तिच्या चेहऱ्यावरलं भारलेपण मला धोक्याचा कंदील दाखवत होतं! म्हटलं ही-ही आपल्याला अडचणीत आणणार!

सावधगिरीचा इशारा म्हणून मी आधीच प्रास्ताविक केलं की, 'इथे तुम्ही जमला आहात ते 'लेखक' सुहास शिरवळकरांशी गप्पा मारायला! शक्यतो असे प्रश्न टाळा जे माझ्या खाजगी जीवनाशी संबंधित असतील.'

झालं, सुरुवात झाली. पहिल्या एक-दोन प्रश्नात घडी बसली. नंतर सर्व काही सुरळीतपणे रंगत गेलं. मीही खुलत गेलो. मन मोकळेपणाने उत्तर देत राहिलो. पण या मुलीकडे लक्ष गेलं की मी सावध व्हायचो. कारण ती विचारत काहीच नव्हती. नुसतं माझ्याकडे पाहात होती.

अन् शेवटी तिनं मध्येच धाडकन प्रश्न विचारला,

'तुमचं लग्न झालंय?'

एका क्षणासाठी माझ्या हृदयाची स्पंदनं थबकली. मग, खट्याळपणे हसत मी तिच्या प्रश्नाचं उत्तर दिलं.

'अरेरे! तू हा प्रश्न मला बारा वर्षं उशिरा का विचारलास?'

वाचक श्रोते त्या उत्तरार्थी प्रश्नानं खदखदून हसायला लागले. स्पेल तुटून ती युवतीही त्यांच्या हसण्यात सामील झाली आणि हशा कमी होताच तिनं जी कॉमेन्ट केली, ती ऐकून ती भारलेली राहिली असती तर बरं झालं असतं असं वाटलं!

'काय तरी एकेकाची ओरड! तेव्हा तर मी पाचच वर्षांची होते!'

'वा! क्या बात है?'

हास्याचा नुसता सात मजली फवाराच उडाला!

मी तासभर खुलवत नेलेला गप्पांचा कार्यक्रम तिनं एका कॉमेन्टनं खिशात घालून टाकला.

असे किस्से नी आठवणी खूपच आहेत. सतत फिरणाऱ्या समाजाभिमुख कलाकारापाशी ते पोत्याने असतात! या व्यतिरिक्त, काही प्रासंगिक कॉमेन्ट्सही एखादा नवा शब्दप्रयोग प्रचलित करायला कारणीभूत होतात. नंतर कॉमेन्टस आणि ते प्रसंग विसरले गेले तर शब्द प्रचारात राहतात.

मध्यंतरी एका नाटकाची तालीम पाहायला जाण्याचा योग आला होता. मी येणार म्हणूनही असेल कदाचित; पण झाडून सगळे कलाकार वेळेवर उपस्थित होते.

मी गेल्यावर दिग्दर्शकाने सर्व कलाकाराचा परिचय करून दिला. पाच-दहा मिनिटं हसून-खिदळून मी आधी कलाकारांच्या मनावरलं दडपण रद्द करून टाकलं. मग उत्साहानं तालमीला सुरुवात झाली. उत्साह म्हणजे इतका की जो-तो स्वत:च्या सूचना करू लागला. ऑडियन्स सुचवू लागला.

अर्थातच, पहिला अंक डायरेक्टरचा खूप गोंधळ उडवून संपला.

मी सर्वांचा निरोप घेऊन जायला निघालो. डायरेक्टर आणि त्यांची खास मित्रमंडळी मला सोडायला बाहेरपर्यंत आली.

'माझं डायरेक्शन कसं वाटलं?' दिग्दर्शकानं भंपकपणे प्रश्न विचारला. म्हणालो, 'लेका, तुझे कलाकार तुला ताब्यात ठेवता येत नाहीत! तुला

डायरेक्टर म्हणणं ही नाट्यव्यवसायाची 'डायरेक्ट टर' आहे!'

परवा परवा 'बाल गंधर्व' कॅफे टेरियावर कोणीतरी 'काय मग कुठलं नाटक बसवताय?' असं एका हौशी दिग्दर्शकाला विचारताना ऐकलं.

म्हटलं झालं! हा शब्द रंगभूमीवर आला!

असा वात्रटपणा करायला मला आवडतं. माझ्या आधीच्या पिढीलाही ते आवडत होतं आणि नव्या पिढीलाही वात्रटपणा आवडतोच.

एका शूटिंगच्या वेळी जुन्या जमान्यातील एक वृध्द; पण इरसाल नट आपल्या शॉटची वाट पाहात बसून होता. मी त्याच्याशी गप्पा मारीत बसलो होतो.

तेवढ्यात एक पत्रकार-मित्र नाटकी पद्धतीने कोपरापासून हात जोडत वगैरे तिथे आला.

'काय अण्णा, काय म्हणतंय शुटिंग?'

'शुटिंग, चालायचं ते राजाभाऊंच्या जमान्यात!' म्हातारा उत्तरला.

'आणि आता?' पत्रकाराने टिंगलीच्या स्वरात विचारले.

'तुझ्या साप्ताहिकात माझं उत्तर छापण्याची हिम्मत नाही म्हणून सांगतो!' म्हातारा खवचट हसत म्हणाला,'आता चालतं ते शुटिंग नाही....'शु टिंगल आहे!'

म्हातारेही काही कमी नसतात! आहे ना? उलट, जगाचा अनुभव घेऊन घेऊन म्हातारेच 'जास्त' असतात.

एका गावी कार्यक्रम संपल्यानंतर निवासस्थानापर्यंत जाण्याची सोय नव्हती. म्हणजे संयोजकांनी कार आणली होती. पण हॉलवर पोहोचताच तिनं असहकार पुकाराला होता. आता कसं करावं? कोण पुढे जाईल? हॉटेलवर जाऊन येत असल्याची वर्दी कोण देईल? सु.शिं. ना लॉजवर नेऊन तिथून हॉटेलवर कोण घेऊन येईल?.....अशी चर्चा चालली होती.

तेवढ्यात एक टुणटुणीत म्हातारा डॉक्टर पुढे आला.

'चला! मी तुम्हाला स्कुटरवरून नेतो!'

म्हटलं, 'चला'

संयोजकांनी डॉक्टरांना कोणत्या हॉटेलात यायचं वगैरे सांगितलं.

म्हातारा स्कूटर घेऊन आला. एकसंध सीटवर मला मागे बसण्याची खूण करीत म्हणाला,

'चला'

संयोजकांपैकी एक तरुण अजून कार्यक्रमाच्या मूडमधून बाहेर पडलेला नसावा.डॉक्टरांकडे पाहून डोळे मिचकावत म्हणाला,

'अरे वा! सु.शि. 'सरदारजी' नाहीत यावर विश्वास आहे तर तुमचा!'

म्हातारा क्षणाचाही विलंब न लावता उत्तरला,

'अंहं! मी ''सरदारजी'' नाही यावर माझ्या विश्वास नाही, म्हणून....'

हे सगळं अवांतर निघत बसलं. एक वात्रट मूड म्हणून खरं तर मला तो किस्सा सांगायचा, आहे जो मी इचलकरंजीत सांगितला होता. अर्थात तोही या मूडला साजेसाच आहे.

माझे पाय पाळण्यात दिसले होते की नाही मला आठवत नाही; पण महाविद्यालयीन जीवनात ते नक्की दिसायला लागले असावेत. अभ्यासाच्या दृष्टीने मी सर्वसामान्य विद्यार्थी असतानाही आज तेवीस वर्षानंतरही महाविद्यालयीन प्राध्यापकांपैकी काही मला नावासह ओळखातात; माझे किस्से मलाच रंगवून ऐकवतात, त्यामागे हे दिसणारे पायच असावे.

मी माझ्या महाविद्यालयीन जीवनात एकूण चार महाविद्यालयांचा विद्यार्थी होतो. अहमदानगरचं प्रेमराज सारडा महाविद्यालय, पुण्याची बी.एम.सी.सी व फर्ग्युसन, आणि तळेगावचं इद्रायणी महाविद्यालय. पैकी हा किस्सा कोणत्या महाविद्यालयातला आहे आणि संबंधितांची नावं याबाबतीत मला गुप्तता बाळगणं भाग आहे. कोणी ओळखलंच तर माझा नाइलाज असेल.

विस्मृतीत गेलेला हा किस्सा जसाच्या तसा आठवून देणारी एक घटना नुकतीच घडली.

सहा-एक महिन्यांपूर्वी मी माझ्या कामानिमित्त पुण्याच्या खास 'तुळशीबाग' भागात गेलो होतो. हा भाग रमत-गमत....घोळक्याने चालणाऱ्यांमध्येच, रहदारी अडण्याची पर्वा न करता रेंगाळून दुकानदाराशी दराबाबत घासाघाशी करणाऱ्या महिला वर्गासाठीच राखून ठेवला आहे. इथून चालताना घाई आणि डोकं घरी पाठवून द्यावं लागतं! कोणाला 'बाजूला व्हा', 'भराभर पाय

उचला' अशा विनंत्या करण्याचं धाडस दांडग्या मवाली पुरुषांनाही या भागात होत नाही.

सदर परिस्थितीतून गायीच्या संथ गतीने मार्गक्रमण करीत असता आपोआपच मीही विन्डो शॉपिंग करीत होता. गर्दीच्या लहरीनुसार रेंगाळत होतो; पुढे सरकत होतो.

एका दुकानासमोर मी असाच परेच्छेनं थांबलो असता माझ्या खांद्यावर एक वजनदार हात पडला.

क्षणभर मी चक्रावलो की, आपण कशात नसताना पोलिसांचा हात इतक्या भक्कमपणे आपल्या खांद्यावर का पडावा?

पाहतो, तर हात चक्क बाईचा! म्हणजे नखं रंगवलेली नी मनगटावर लेडीज रिस्ट वॉच म्हणून!

धडधडत्या अंतःकरणानं आणि उतरत्या चेहऱ्यानं हाताच्या स्वामिनीकडे पाहिलं. पाहताक्षणी धैर्याचं आणखी खच्चीकरण झालं. म्हटलं या कंदमुळाला नकळत आपला धक्का लागला की काय! आपण कोण वैगेरे सगळं नंतर. आधी या बाई अन पाठोपाठ गर्दीचा हात पडेल तर आपली ओळख आपणही सिध्द करू शकणार नाही!

'कं....काय झालं?'

तर बाई प्रसन्न हसली. तिचा चेहरा अर्ध्या कलिंगडाएवढा झाला.

'ओळखलं नाहीत ना?'

'नाही!'

'पण म्हणजे, तसलं काही नाही म्हणून जरा हायसं वाटलं.'

'अरेऽ माझ्या बैलाऽ!' असं जोरात म्हणत तिनं पाठीवर त्याहून जोरात रपाटा मारला.

मी अरे माझ्या बैला!

ओह, येस! खटकन विस्मृतीतला तो प्रसंग स्मरणाच्या पृष्ठभागावर आला. खदखदून हसत मी गर्दीचं भान विसरून ओरडलो,

'आई शपऽथ... पमे तूऽ!'

तिने जोरजोरात होकारार्थी मान डोलावत भीषण प्रश्न विचारला,

‘काय, नवीन कविता आहे का मला देण्यासारखी?’

‘नाही नाही’ मी एकदम गयावया आवाजात म्हणालो,‘त्यानंतर मी कविता करणं सोडून दिलं ग!’

करीत असतो तरी पमीचा आता देह पाहून माझी कविता आटली असती किंवा तीच कविता ‘शनिवार वाड्या’वरची म्हणून छापून येऊ शकली असती.

अर्थात जेव्हा मी तिला ‘कविता’ दिली होती, तेव्हाची तिची आकृती आताच्या पमीचं बोन्साय शोभली असतीच!

कृपा करून माझ्या आवडीनिवडीबाबत तुम्ही गैरसमज करून घेऊ नका. महाविद्यालयात असताना एखादा बोल्ड तरुण जिद्दीनं पैजेखातर काहीही करायला तयार होतो. त्यातलाच प्रकार होता तो!

आमचा सात-आठ मित्रांचा ग्रुप होता. त्यात मी जरा शाइनर होतो. त्यामुळे ग्रुपचं नेतृत्व माझ्याकडे असायचं. ते मान्य करून बाकीची पोरं माझ्यावर खवळूनही असायची.

कॅन्टीनला बसलो असताना मी आमच्यातल्या एका ‘ग’ कवीला धरून पिळत होतो. हा कुठेही मीटर पूर्ण करायला ‘ग’ टाकून द्यायचा. म्हणजे ‘तुझ्या ग केसांमध्ये’ ‘चंद्र असता साक्षीला गं’ असं त्यावरून मी त्याला लेक्चर देत होतो. आणि इतर मित्र मला प्रोत्साहन देत होते. या ‘ग’च्याच पैशाने आम्ही तेव्हा वडे चापत होतो, याचाही आम्हाला विसर पडला होता.

शेवटी ‘ग’ खवळून म्हणाला,

‘तू करून दाखव बरं! वात्रटिका केलीय तर मी पैज हारतो!’

‘केली!’ मी लगेच उत्तरलो.

पोरांनी लगेच कल्ला केला.

‘शिऱ्या, कर, कर! जिरव भडव्याची!’

‘पैज गं लावा आधी, हारेल तो गं मादी’

‘एऽ गप एऽ!’

‘हं-लावा, पण पैज अशी पायजेल, ये हारा तो भी हम मुनाफे में,

वो हारा तो भी अपनी उंगलियाँ घी में!'

'अरेऽ चल!' 'ग' सात्विक संतापाने म्हणाला, 'यानं उद्या कॉलेज संपण्यापूर्वी एक वात्रटिका केली नाऽ तर मी सगळ्या ग्रुपला घाईची लागेपर्यंत खायला घालता!'

पोरांनी लगेच बाकडी बडवली.

'शिऱ्या, तू हारला तर?'

'तर काय?' मी चालूपणा करीत म्हणालो, 'हा खायला घालणार नाही!'

'नाय वेड्या, असं नाय चालायचं'

सगळ्यांनी मात्र भोसडून,'घाईची लागेपर्यंत'वाली पार्टी माझ्याकडून कबूल कबूल करून घेतली.

आम्ही कॅन्टीनमधून बाहेर पडलो तर मेन बिल्डिंगमधून पमी घरी जाताना दिसली. तिला पाहून एकाच्या डोक्यात कळ फिरली. म्हणाला,

'शिऱ्या......पैजेत पैज मारतो का?'

'बोल ना!'

'वात्रटिका करायची; पण ती अशी पाहिजे पमीला उद्देशून!'

पोरं एक्साइट होऊन माझ्या पाठीवर धपाधपा धपाटे जोरजोरात हसू लागली.

'....आणि ती तिला नेऊन द्यायची! बोल, आपण सगळ्यांना पिक्चर दाखवतो!'

इन्टर्व्हलला आपल्यातर्फे भेट!

'आइस्क्रीम!'

त्या गदारोळानं मलाही एकदम स्फुरण आलं. म्हटलं,

'टेकन! हारलो तर हे सगळं माझ्याकडं ड्यू.'

त्या आव्हान स्वीकारण्याने एकदम हीरो वगैरे झाल्यासारखं वाटायला लागलं. त्याच मस्तीत घरी आलो. घरातली सगळी माणसं दृष्टीस पडताच मस्ती भराभर ओसरू लागली. आव्हान किती कठीण आहे हे विचार करताना पटू लागलं.

आपण हरलो तर?

एक तर वात्रटिका करायची; ती पमीला उद्देशून असायला पाहिजे आणि तिला ती नेऊन द्यायची!

जिंकण्यापेक्षा हरण्याचेच चान्सेस जास्त!

पमी चांगली वजनदार होती. तिचं आडनाव 'गोळे' कसं नाही याचं आम्हाला नेहमी कोडं पडायचं. ती मुलांशी तशी फटकून असायची. कोणी टिंगल केली तर लगेच तिचा हात चपळपणे चपलेपर्यंत जायचा; पण या मुलांमध्ये ती माझी गणना करायची नाही हे आणखी दुर्दैव! माझ्यात तिनं 'तुल्यबळ' असं काय पाहिलं होतं, तिचं तीच जाणे पण पमीच्या मनात शिऱ्याबद्दल सॉफ्ट कॉर्नर आहे हे अखंड पोरं जाणून होती, इतकं ते स्पष्ट होतं. त्यावरून पोरं मला सतत चिडवायची. या निमित्ताने ते प्रकरण तरी बंद होईल, असा काहीसा सुप्त विचारही माझ्या मनात पैज लावताना असेल.

हे सगळं नंतरचं झालं. 'हरलो तर काय' हा खरा महत्त्वाचा मुद्दा होता. आमचं घर धार्मिक. मतं जुनी. रीतसर कॉलेजात जाणारा घराण्यातला मी पहिला तरूण. कॉलेजात जाणाऱ्या मुलाला 'पॉकेटमनी' लागतो ही कल्पनादेखील आमच्या घरात 'अंड्या' इतकी त्याज्य! म्हणजे रोजची भाजी वगैरे आणण्यात जे काही कमिशन भेटेल, त्यावर आमची आर्थिक परिस्थिती अवलंबून!

आणि....दहा जणांचं राक्षसी खाणं....पिक्चर....भेळ...आईस्क्रीम-कोणत्याही परिस्थितीत साऱ्या गल्लींन माझ्यावर विश्वास टाकून मला आठवडाभर तरी भाजी आणण्याचं काम सोपवणं आवश्यक होतं किंवा....पैज जिंकायला हवी होती.

दुसऱ्या दिवशी मी कॉलेजवर आलो तो प्रसन्न चेहऱ्यानेच!

आमची सगळी गँग माझी वाट पाहात होती.

'डन?'

'हम किसी का चॅलेंज रखते नहीं! डन!'

सगळ्या पोरांनी मला मिठ्या मारून पार चुरगाळून टाकलं. त्यांच्या आरोळ्या कानात दडे बसवून गेल्या.

'कुठ गं तो आहे कवी? बकरा गं तो आपला भावी?' मी गर्दीतून शोध घेत विचारलं.

'ग' दुर्मुखल्या चेहऱ्यानं पुढे आला.

'तू खरंच वात्रटिका केलीयस?'

'होऽय! म्हणालास तर आता मी दर तासाला एक वात्रटिका करून....'

'नको!' पोरं एकसाथ कळवळून ओरडली.

'दाखव!'

सस्पेन्स! फक्त तुला दाखवीन. इतरांना ती नंतर वाजत-गाजत कळेलच.....असे वाटतंय!

थ्रिल म्हणून इतरांनी ते मान्य केलं. 'ग' ला बाजूला घेऊन मी वात्रटिका दाखवली. वाचून तो ढसाढसा हसायला लागला. दोन्ही हात वर करून सर्वांना उद्देशून म्हणाला.

'हारलोऽ....चला बोट लावून खाऽ!'

पमी एकदम सिन्सिअर होती. त्यामुळे पिरियड्स संपून ती सापडायला अवकाश होता. म्हटलं, भरपूर खाऊन घेऊ. तिनं समजा एकच अशी चढवली की, खायला आ उघडता येणार नाही....तर उपास नको!

सगळ्यांनी बेदम खाऊन घेतले. 'ग' ने नंतर झालेल्या बिलांवर कविता केली असती तर ती त्याची सर्वांत हृदयस्पर्शी कविता झाली असती!

खात, गप्पा मारत टाइम-पास केला आणि....

आम्हा सर्वांनाच पमी दिसली.

'शिऱ्याऽ...'

'हो, हो' म्हणत मी लटपटत्या पावलांनी उठलो.

'जाऽ बिनधास्त जा!.....लड बाऽप्पू!'

च्यायला यांना सांगायला काय होतंय. 'मी पाकिट दिलं' म्हटल्यावर ते प्रेमपत्र आहे असं गृहीत धरून पमीनं त्यानुसार प्रतिसाद दिला तर ऐन तारूण्यातल्या माझ्या हार्टफेलला कोण जबाबदार? आणि....तिला ते आवडलं नाही तर माझ्या संभाव्य मोडतोडीचं काय?

झक मारली अन ही दुसरी पैज लावली असं मला झालं. माझा घसा

कोरडा पडला. डोळे घंटा लावल्यासारखे तारवटले. छातीत धडधडायला लागलं.

पण आता माघार घेता येत नव्हती. माघार घेणं म्हणजे पैज हरणं! पिक्चर....भेळ......आइस्क्रीम

जास्तीत जास्त काय होईल च्यायला! अगतिकपणापासून मनाची अशी बंडखोर अवस्था होताच, तोच जोश पकडून मी पमीच्या दिशेनं झपाझप चालू लागलो.

'पमे! आपलं पमे!'

माझी ती विचित्र हाक ऐकून तो लोळ थबकला. थांबल्यानंतरही दोन सेकंद तिच्या शरीराची थलथल होत राहिली. मग तिन मान वळवून माझ्याकडे पाहिलं.

मी हसलो. म्हणजे माझा प्रयत्न तरी प्रामाणिकपणे तसा होता. तिनं आधी माझ्याकडे रोखून पाहात, थट्टा वगैरे करीत नसल्याची खात्री करून घेतली. मग ती अंगंगंऽ लाजली!

'बोल नाऽ' ती मुरकत म्हणाली. तसं मला भऽण्ण गरगरू लागलं.

'मी....मी....'

'हंऽ....सांग नाऽ, मी मुळीच रागवणार नाही.'

बोलणं शक्य होत नाही म्हटल्यावर मी झटकन हात पुढे करून पाकीट तिच्यासमोर धरलं.

'ओ!जे बोलता येत नाही, ते....

'क....वात्....कविता!'

'अय्याऽ माझ्यावर?'

तुझ्यावर? एवढा मोठा कागद मला 'सकाळ'च्या रोलमध्ये तरी मिळेल का? एवढ्याश्या कवितेने तुला काय होणार फोऽदे!

तिनं माझ्या हातून पाकीट ओढून घेतलं. डोळे मिटून ते स्वत:च्या गालावर चिकटवलं.

तिच्या त्या संधीचा फायदा घेत मी धुम पळत सुटलो.

उद्या काय होईल हा विचारही तेव्हा तात्पुरता विजयाच्या कैफात

माझ्या मनात डोकावला नाही.

दुसऱ्या दिवशी मी खरं तर कॉलेजात यायलाच नको होतं; पण कालच्या यशानं मला गाफील केलं होतं.

आलो. पोर्चच्या पायऱ्या चढताना एकदम दोन लठ्ठ पाय 'चेतना शॉट' सारखे डोळ्यांसमोर आले.

दचकून पाहिलं तर पमी!

पळून जाण्याचा विचार मनात आला; पण पायांनी साथ दिली नाही. पमीचे दणकट हात दोन्ही खांद्यावर ठेवले गेले. त्याचं वजन सांभाळून शरीराचा तोल सावरणंही मुष्कील व्हायला लागलं.

आणि ती वेडी प्रेमळपणे माझ्याकडे पाहत म्हणतेय,

'तुझी कल्पना मला फार आवडली! चल!'

कुठे जायचं कशाला.... काही नाही आपलं चालत राहिलो आणि तिनं माझा हात घट्ट पकडून ठेवल्यामुळे मी तिच्या कोकरासारखा तिच्या मागे मागे!

म्हटलं संपलं आता! ही पुराव्यासकट सरांसमोर नेऊन उभं करते!

पण ते परवडलं असतं असा प्रकार पुढे होता.

कॅन्टीन!

जिकडे पहावे तिकडे मैत्रिणी बसलेल्या.

एका दारापाशी आमची गँग पळण्याच्या तयारीत उभी. माझा हात सोडून पमीनं टाळ्या वाजवल्या. तशा सगळ्या मुली शांत होऊन आमच्याकडे पहायला लागल्या.

'प्रिय मैत्रिणींनो....काऊ वेडस् अ बुल्! कल्पना कशी वाटते?'

मुली चेकाळल्यासारख्या किंचाळून हसायला लागल्या.

'शिऱ्या....तू माझ्या बैल होशील ना?'

मुलींनी स्टंपिंग करून कॅन्टीन डोक्यावर घेतलं.

'ए पमे!' मी खोल गेलेल्या आवाजात म्हणालो, 'ती...ती गंमत होती! शप्पथ! तू केवढीऽ मी केवढासा!'

माझं रडकुंडीला येणं पाहून पमी फसदिशी हसली. म्हणाली,

'ठीक आहे. आम्हा सगळ्या मुलींना शिक्षा म्हणून मसाला डोसा आणि कॉफी देतोस?'

'देतो!'

पमीनं लगेच ऑर्डर दिली. मी गँगपाशी जाऊन पैशांची जमवाजमव करू लागलो. त्यांचे खाऊन होताच एक मुलगी म्हणाली,

'पमे, पण ही ''काऊ वेडस अ बुल'' ची भानगड काय आहे ते तरी कळू दे की!'

'माझ्या बैलाऽऽ...तूच वाचून दाखव ना सगळ्यांना! किती गोऽडऽ'

'पण....'

'चल प्रिन्सिपलसाहेबांकडे!'

तिनं मला अगदी कात्रीतच पकडलं. तशी मी ती अद्दल घडविणारी वात्रटिका वाचून दाखविली. ती वाचली की तुमच्याही लक्षात येईल. 'अरे माझ्या बैलाऽ' या शब्दप्रयोगाला मी का दचकतो! ती अशी होती:

''एक होती गाय
तिला चार पाय
ती म्हणाली हाय!
बैल नाही तर मजा काय?''

❏   ❏   ❏

३.
भूत-प्रेत-समंधादि...

लेखक, प्राध्यापक, विचारवंत, राजकीय नेते- ही सारी भाषणबाज मंडळी स्वत:ला फार शहाणी समजतात, याचं प्रमुख कारण हे असावं, की श्रोते निमूटपणे त्यांचं कोणतंही बोलणं सहनशीलपणे ऐकून घेतात. क्वचित, शंका....आक्षेप; पण सर्वसामान्यत: न पेटलेला मुद्दा श्रोता सोडून तरी देतो, किंवा त्यांची नंतर आपापसांत चर्चा होते, वक्त्यापर्यंत हे आक्षेप वगैरे नं पोहोचल्याने, त्यांची अशी समजूत असते की, आपण फार छान अन् प्रभावी बोललो! असं त्याला अनेक वेळा वाटत गेलं, की साहजिकच, वक्ता स्वत:ला खरोखरच 'ज्ञानेश्वर' समजू लागतो.

अर्थात याला अपवाद असतात. पण त्यातही भाग असतात. काही वक्ते खरंच ज्ञानी असतात, अभ्यासू असतात आणि काही वक्ते स्वत:ला मुळीच शहाणं समजत नाहीत. कारण आपण छान बोलत असलो तरी नेमके कुठे आहोत, याची त्यांना जाणीव असते. या व्यतिरिक्त एक मोठा वर्ग असाही असतो, जो स्वत:ला 'ॲरिस्टॉटल' वगैरे समजू लागण्याच्या पहिल्या अवस्थेत असताना लोकांनी ह्यांचा भ्रमनिरास मोठ्या तत्परतेनं केलेला असतो.

हे मला आता आठवण्याचं कारण म्हणजे, मी स्वत: या 'भ्रमनिरास' गटातला आहे. आणि कोणी 'साहस' हा शब्द उच्चारला, तरी मला पहिला भ्रमनिरास आठवतो. फरक फक्त

इतकाच, की मी स्वत:ला ज्ञानी न समजता, तेव्हा 'धीट', 'पुरोगामी' वगैरे समजत होतो.

'मान सांगावा जनात आणि अपमान सांगावा मनात'! असं म्हणतात. पण मला हे पटत नाही. कारण ह्या चांगल्या-वाईट घटना म्हणजेच कलाकाराचं घडणं असतं. त्या त्याच्या प्रगती वा अधोगतीच्या पाऊलखुणा असतात. म्हणून सांगतो-

साधारणत: सत्त्याहत्तर/ अठ्ठ्याहत्तर सालाच्या सुमाराला 'सु.शि.' हे नाव रहस्य, विस्मय, अपराध, भूत आणि कोर्ट-सीन-ड्रामा असलेल्या रहस्यकथांच्या संदर्भात लोकप्रिय झालेलं होतं. वाचक माझ्या नव्या कथांवर अगदी तुटून पडायचे. 'सु.शि' हा माझा आवडता लेखक आहे. या एकाच साम्यावर तेव्हा मैत्री जमणं नि प्रेम-प्रकरणं सुरू होणं- असले प्रकार घडायचे.

अर्थातच, याच काळात मला निरनिराळ्या वाचनालयांची, संमेलनांची निमंत्रणे येऊ लागली. वाचकांपर्यंत पोहोचण्याचा नि त्याच वेळी, नवी गावं-नव्या ओळखींचा हमखास मार्ग, म्हणून मी ही आमंत्रणे घेऊ लागलो.

असंच एक गाव. नाव मी मुद्दाम सांगत नाही. कारण अशा प्रकारचा किस्सा आपल्या गावात घडला, हे कित्येक स्थानिक वाचकांना माहीत नसेल, तर मी ते त्यांच्या कशाला मुद्दाम लक्षात आणून देऊ?

तर, गाव तालुका पातळीवरचं. बागायतदाराचं. श्रीमंत या वर्णनाचं गाव म्हटलं की, तिथे 'रोटरी', 'लायन्स', 'लिओ'....हे, नि तत्सम प्रकार आलेच!

'लिओ'च्या प्रथम वर्धापनानिमित्त मला आमंत्रण. कारण सगळेच 'लिओ' 'सु.शि. प्रेमी. गावात इतर वाचकांची संख्याही भरपूर गेली.

कार्यक्रम अशा पद्धतीने ठरला होता: सकाळी सातच्या एस्.टी.नं मी पुण्याहून निघायचं. दुपारी दोनला मुक्कामी पोहोचायचं. 'लिओ' वर्धापनाचा समारंभ संध्याकाळी सातला आणि दुसऱ्या दिवशी गावातल्या दोन तीन वाचनालयांची आमंत्रणं होती. ती उरकली की गावातलं सर्वात जुनं शिवालय, सर्पोदय.....अशी ठिकाणं पहायची. तिसरा संपूर्ण दिवस खास तालुक्यातल्या

जवळपासच्या प्रेक्षणीय स्थळांसाठी राखीव. चौथ्या दिवशी बॅक टु पूना. गेल्या क्षणापासून मी बेहद्द खूष. एस.टी.स्टँडवर पंधरा-वीस 'लिओ' कार्स आणि स्कूटर्ससह स्वागताला आलेले. तिथूनच हसणं-खिदळणं आणि प्रश्नांना सुरुवात झालेली.

मला नगरपालिकेचं गेस्ट-हाऊस दिलेलं. तिथेही सतत लोकांचा राबता. कुतूहलाने 'लेखक' पाहून जाणं. सह्या घेणं. आणि गप्पा तर सततच! एकुणच लोकांचा उत्साह इतका दांडगा! सात तासांच्या प्रवासानंतर तरी पाठ टेकावी, हा विचार करायलाच मला उसंत नाही!

माझ्यासकट सर्वांचाच एक छान मूड क्रिएट झाला. त्याचा परिणाम म्हणून संध्याकाळी सातचा रंगलेला कार्यक्रम साडेआठऐवजी पावणे-दहाला संपला! मी भाषणाची आमंत्रणं घेत नाही. गप्पांची घेतो. त्यात मला प्रेक्षक-श्रोत्यांचा सहभाग अपेक्षित असतो. श्रोते वाचक असतील तर कार्यक्रम छान रंगू शकतो.

'लिओ' चा पारंपारिक कार्यक्रम सोडता, हा कार्यक्रमही असाच होता. त्यात माझ्या लेखन-कारकिर्दीचा प्रथमपासून आढावा होता. एक छोटी कथा होती. लोकांच्या बिनधास्त प्रश्नांना दिलखुलास उत्तरं होती.

'लिओ' च्या काही सदस्यांनी त्या वेळी मला, माझ्या भूत-कथांच्या अनुषंगाने काही अंधश्रद्धा-निर्मूलनाचे प्रश्न विचारले होते. त्यांच्या प्रश्नांना मी दिलेल्या उत्तरांचा गोषवारा असा होता:

मला भुता-खेतांचा अनुभव नाही. मी अंधाराच्या अपरिचितपणाला भीत असेल कदाचित; भुतांना नाही! तरीही, मी भूत कथा लिहतो. कारण,त्या निर्मितीत एक वेगळा आनंद असतो. एक वाङ्:मय प्रकार म्हणून हे काल्पनिक विश्व अनुभवावं, असं मला वाटतं. भूत आहे किंवा नाही यावर वाद घालून रसास्वादाची मजा माणसानं किरकिरी करून घेऊ नये! त्या कलाकृतीपुरतं तरी सारं वातावरण खरं मानण्यातच मजा असते.

रात्री उशिरापर्यंत चालणाऱ्या पार्टीत हाच विषय निघणे अपरिहार्य!

काही वयस्क माणसांनी गंभीरपणे त्यांचे भुतांच्या संदर्भातले अनुभव सांगितले. हेतू सुप्तपणे हा की, पाहा यातलं काही लिहिता आलं तर!

कथन करणाऱ्या प्रत्येलाच तसं वाटणं साहजिकच असतं. कारण, त्याच्या दृष्टीने 'युनिक' असलेला त्याचा अनुभव सार्वत्रिकपणे जगभर कोणी ना कोणी सांगत असेल हे त्यानं गृहीत धरलेलं नसतं.

उदाहरणार्थ, जंगल-किनारा, किंवा नदीकाठच्या एकांतात अभद्र रडणारी, शुभ्रवस्त्र तरुणी, आणि जवळ जाताच तिचं नाहीसं होणं....'कुस्ती खेळ' म्हणून मागे लागणारं भूत....मुसंडी मारायला येणारे, अन् शरीरातून आरपार पळून जाणारे प्राण्यांचे कळप.....चकवा.....आणि ही एक सार्वत्रिक गंमत! की यातला कोणताही अनुभव हा सांगणाऱ्याचा स्वत:चा कधीही नसतो!

मुलं टिंगलखोर प्रश्न विचारणारच. त्यात पुन्हा, त्यांना थोडी माझी फूस! दुसऱ्या दिवशी सकाळी शेड्यूलप्रमाणे उठलो. वाचनालयाची माणसं नऊ वाजता न्यायला यायची होती, म्हणून आवरायला घेतलं. आठ वाजताच स्वीटचं दार वाजलं. उघडून पाहतो, तर कालच्या 'लिओ' पैकी सात-आठ जणं! त्यांच्या अंगावर रात्रीचेच कपडे, डोळे लालसर, चेहरे पारोसे.

'काय रे, झोपलाच नाहीत की काय? या ना.बसा. तुमच्याशी बोलत मी एकीकडे आवरतो'

सगळे आत येऊन बसले. कोणी तरी चहाची ऑर्डर द्यायला पळालं.

मी एकीकडे त्यांच्याशी बोलत दाढी वगैरे करायला घेतली. आणि मध्येच माझ्या लक्षात आलं, की मी बोलत नाहीये, तेव्हा त्यांच्यात काही तरी कुजबूज चाललीय!

'काय रे, काही विचारायंच का?' त्यानं झटकन नकारार्थी मान डोलावली. पण दोघं-तिघं कोरसमध्ये 'सांग सांग' म्हणून गेले!

'काय प्रकार आहे? सांग ना!'

'त्याचं काय आहे, सर...' तिसराच मुलगा पुढाकार घेत म्हणाला,'काल रात्रभर आम्ही गावातल्या एका भुताटकीच्या प्रकारावर वाद घालत होतो! आमचं सगळ्यांचंच म्हणणं असं पडलं, की तसलं काही नाहीयं! पण हा सांळुंके म्हणतो, मी सिद्ध करून दाखवितो!'

'हं!' मी झिडकारून टाकत म्हणालो,'अरे माणसांसाठी असलेल्या

या जगात माणसांनाच जागा पुरत नाही आणि भुतं कुठे राहतील?'

'पाहा! - आता तर झालं समाधान?' एकानं साळूंकेच्या पाठीत गुद्दा मारीत विचारलं,'सर....असल्या प्रकारावर विश्वास नाहीये, कारण तुम्हाला अनुभव आलेला नाही!'

'तुला आलाय?'

साळुंकेनं मंदपणे हसत, ठामपणे होकारार्थी मान डोलावली.

मला खरं तर त्या प्रकाराशी काही देणं- घेणं नव्हतं. दोन दिवस मजेत गेले, की माझ्या अन् या गावचा पुन्हा प्रत्यक्ष संबंध येण्याचीही शक्यता नव्हती. पण कालच मी माझी भुताटकी संदर्भातली मतं जाहीर केली होती आणि पोरांच्या नजरा आता अपेक्षेनं माझ्यावर खिळल्या होत्या.

'चल! मला दाखव ती जागा!' मी चटकन म्हणून गेलो. 'सांग काय होतं?'

'होत काही नाही, सर!' साळुंके विचार करीत म्हणाला, 'म्हणजे....दिसत वगैरे काहीच नाही!'

'मग?'

'आवाज येतात....भास होतात. प्रत्यक्षात कोणी नसलं तरी, आसपास कोणी तरी वावरत असल्यासारखी चाहूल लागते. वातावरणही बदललेलं जाणवतं?'

'हट! हा साला काहीही थापा मारतो!' एक वैतागून म्हणाला,'हे काय शक्य आहे सर?'

'चल की मग रात्री आमच्या बरोबर तू पण!' साळुंकेनं आव्हान दिलं.

'हं! फालतू जागरण करायला इथे वेळ आहे कोणाला?'

'मग, गप्प बैस!'

'आमच्या बरोबर!' अच्छा, म्हणजे, रात्री कोणीतरी साळुंकेबरोबर त्या जागी जाणार आहे तर! कदाचित, मी त्यात असावं, अशी पोरांची अपेक्षा आहे!

'सर, तुमचा विश्वास नाही ना?'

'नाही.'

'मग तुम्ही याल? आपण रात्री अकरा-सव्वाअकराला निघू, बारापर्यंत त्या ठिकाणी पोहोचू!'

'पण, तिथे थांबावं लागेलच ना?'

'होय' साळुंके माहीतगाराच्या थाटात म्हणाला, 'रात्री बारा ते अडीच या वेळात कोणत्याही क्षणी ते भास होतात! आणि अपरात्री तीन वाजता नदीच्या काठाने अन् शेतांमधून परत यायची माझी हिम्मत नाही!'

'ठीक आहे. आमच्यापैकी कोणी तरी संध्याकाळीच तिथं सतरंज्या, उशा, पांघरुणं नेऊन ठेवेल. सकाळी आम्ही न्यायलाच येऊ! ओके सर?'

मला नकाराला संधीच कुठे होती?

'कुठे आहे म्हणे- ह्या ठिकाणी स्मशान आहे का?'

'नाही! पांगारकर मळ्यातली विहीर!'

चला, अगदीच स्मशानात पोहोचत नाही तर आपण! मी साळुंकेला होकार देऊन टाकला.

'सर....पण हे आपल्यातच ठेवा हं! नाही तर, आम्हाला गावाचा मार खावा लागेल! हो ना! तुमच्यासारख्या सन्माननीय पाहुण्याला असं कुठेही नेतात का?'

मी हसलो. त्यांची गुप्ततेची अटही मान्य करून टाकली. आणि त्याच वेळी वाचनालयाची माणसं मला न्यायला आली....

दिवसाचा मिनिटन्‌मिनिट वेळ कोणी ना कोणी व्यापलेला होता. कडाडून आळस द्यायलासुद्धा मला फुरसत देण्यात आली नव्हती.

मी तसा आळशी अन् सुखासीन आहे. पण असा मधुनच उगवणारा दिवस मलाही आवडतो. त्या दिवशी मी माझ्या अपेक्षित कार्याला टोटली डिव्होटेड असतो.

सगळ्या गाठी-भेटी आणि शिवालय, सर्पोद्यान वगैरे उरकून आम्ही रात्री दहाच्या सुमाराला गेस्ट-हाऊसवर परत आलो तर, सकाळचे 'लिओ' माझ्या येण्याची वाट पाहत व्हरांड्यातच रेंगाळले होते. त्यांच्यात तो साळुंकेही होता.

'गुड इव्हिनिंग, सर!' मला पहाताच पोरं उत्साहाने उद्गारली. 'इव्हिनिंग- !' मी घडयाळाकडे पाहत म्हणालो, 'नऊ पंचावन्न! अर्थात, आपली संध्याकाळ आता सुरू होतेय म्हणा! सर....लक्षात आहे ना?' साळुंकेनं मला, कानापाशी तोंड आणून, खाजगीत विचारलं.

'हं, गप्प बैस!,' ग्रुपनेही त्याला खाणाखुणा करून पोहोचवायला आलेली माणसं जाऊ दे- असं सुचवलं.

'लक्षात आहे ना?' असं साळुंकेनं विचारलं, पण खरं तर, दिवसभर माझं निम्मं मन त्याच विचारांत गढलेलं होतं. यापूर्वी कधीही घेतला नव्हता, असा एक अनुभव मिळणार होता आणि का कोणास ठाऊक, साळुंकेच्या प्रामाणिकपणाबद्दल माझं मत चांगलं होतं. नक्की काही तरी वेगळा अनुभव येणार, असं मला आतून वाटतं होतं. दिवसभरात मी या कृतीबद्दल खूप उलट-सुलट विचार केला होता. आपल्यासारख्या पुरोगामी विचारांच्या, विज्ञान युगावर भर असणाऱ्या लेखकानं यावर कितपत विश्वास ठेवावा? हा एक प्रवाह आणि दुसरा - आपण स्वत: अनुभव घेतला नाही, म्हणून दुसऱ्याचा अनुभव का नाकारायचा? हेही अंधश्रद्धेचं एक टोकच नाही का?

यातूनच, शेवटी मी या निर्णयाला आलो होतो, की अनुभव घ्यायचा आहे, तर तो अगदी न्यूट्रल राहून घ्यावा. अनुभवांच्या मानसिक नोंदी करताना, टोटली इमपार्शल व्हावं.

आणि, पोहोचवायला आलेल्या सर्वांना कटवून- फ्रेश होऊन - खाणं-पिणं उरकून मी जाण्यासाठी तयार झालो, तेव्हाचा माझा स्वत:चाच उत्साहच सांगत होता की मी आताच पार्शल आहे!

सरळ आहे. या उत्साहाचा अर्थच मुळी हा होता की, काहीतरी अनुभवायला मिळणार आहे, असं माझ्या मनानं गृहीत धरलं होतं. मान्य केलं होतं.

'चलो!' मी पायात सॅन्डल्स अडकवीत म्हणालो. एकटा साळुंके उरला!

'हे काय आपण दोघंच?' इतरांवरून चकित नजर फिरवत, मी विचारलं, 'असे अनुभव सामुदायिक नसतात!' साळुंके गंभीरपणे म्हणाला,

'अनुभव सांगणारा मी; घेणारे तुम्ही!'

'बरं, चल! ओके गुड-नाइट, फ्रेन्डस. उद्या सकाळी भेटूच!'

'गुड-नाइट, सर ऑल द बेस्ट!'

'थँक यू.'

मी आणि साळुंके गेस्ट हाऊसमधून बाहेर पडलो.

खरं तर, गेस्ट हाऊस सोडून निघाल्याच्या पाचव्याच मिनिटाला मला या मूर्खपणाचा पश्चाताप झाला होता.

घाबरलो वगैरे नव्हतो. घाबरण्याचं 'ते' ठिकाण अजून खूप दूरच होतं. पश्चात्ताप अशासाठी की 'असा' अनुभव घ्यायचा, तर टॉर्च वगैरे चालत नाही! म्हणूनच आम्हाला मिट्ट काळोखातून चालावं लागत होतं. रस्ता माझ्या परिचयाचा अन् पायाखालचा असण्याचा प्रश्न, रस्ता असेल तरच होता! इथे शेताचे बांध अन् मातीची ढिकळं! क्षणात सहा इंच वाढवायची, तर दुसऱ्या पावलाला लिलीपुट! पाय मुरगळण्याचा आणि फांदीवर डोकं आपटण्याचा धोका तर पावलोपावली!

अक्षरश: साळुंके होता म्हणूनच; नाही तर मला आलो ती दिशा पण दाखवता आली नसती!

आम्ही अंदाजे पाऊण तासच चाललो असू, पण पाऊण तासात आम्ही पायांखाली काय-काय तुडवलं असेल? शेतीचे बांध...माळरानं....विरळ जंगल...घोटभर पाणी असलेल्या दोन शुष्क नद्या!

'आलो!' अचानकपणे थांबत, साळुंके घोगऱ्या आवाजात म्हणाला. मी दचकलो. थोडा खवळला. म्हटलं, 'ही काय स्टाइल आहे? हा अबरप्टनेस कशासाठी? मला घाबरवण्यासाठी? माय फूट!' त्यानं खूण केल्या दिशेनं पाहिलं.

थोडा उंचावर छान मळा होता. विहीर संपूर्ण दिसत नव्हती; पण अँगलवरून तिच्या भव्य विस्ताराची कल्पना येत होती. विहिरीवर पंप होता; पण बंद होता. काठावर झाड.

'हाच का तो पांगारकर मळा?' मी दबक्या आवाजात विचारलं आणि माझं मलाच हसू आलं नि स्वत:च्या कमकुवतपणाचा रागही आला. अरे,

कोणाला ऐकू येऊ नये म्हणून इतकं खासगीत विचारलं आपण!

'हो'

'आणि, हीच ती विहीर?'

'हं ऽ'

'अच्छा, आपण कुठे थांबणार?'

'चला तर खरं! राखणीसाठी एक खोली आहे. त्या खोलीची किल्ली आपण मिळविली आहे!'

आम्ही दोघं वर आलो, तेव्हा मला ती खोली दिसली. विहिरीला लागूनच एक चौथरा होता. त्या चौथऱ्याच्याच विस्तारावर खोली होती.

'तू म्हणालास तर मी या चौथऱ्यावर ओपन एअरलाही झोपायला तयार आहे हं! नाही तर, नंतर म्हणशील'

'नाही, ती खोलीच!'

मी 'ओके' म्हणत मान डोलावली. साळुंके खोलीचं कुलूप काढून आतली व्यवस्था पाहायला गेला. मी मळ्याचं निरीक्षण करू लागलो.

मळयात काय होतं मला काही दिसलं नाही; पण तो विस्तीर्ण होता. फुललेला होता. विहिरीचा परीघ तर प्रचंडच मोठा होता. पाणी खोल गेलं होतं. आणि दृश्य पूर्ण करण्यासाठी विहिरीच्या आतून पिंपळ किंवा तसलंच झाड दीड-दोन हात वर उगवलं होतं.

नो डाउट!....वातावरण निर्मीतीसाठी हे सारंच छान होतं. त्याला नि:शब्दतेची जोड नि पानांतून सळसळणारा वारा. काठावरच्या पिंपळाची वाढ, साठ-सत्तर वर्षांची तरी असावी. घेर वीस-पंचवीस फुटांचा होता आणि जमिनीपर्यंत जख्खपणे लोंबलेल्या फांद्या तांत्रिकांच्या राठ जटांप्रमाणे त्या पिंपळाला शोभत होत्या. बापरे! ते दृश्यच एकूण भयाण वाटत होतं.

शहारून, मी नजर फिरवली. मळयाच्या एका अंगाने नदीचं ठक्क पात्र पुढे गेलं होतं. आणि टोकाला एक इमारत असल्याचा भास होत होता.

'सर!'

मी खोलीत शिरलो. साळुंकेनं दार लावून घेतलं. तयारी अगदी जुजबी होती, पण पुरेशी होती. आणि काही लागणार नव्हतं. दोन सतरंज्या,

उशा, पांघरायला एकेक चादर, डासांसाठी म्हणून एक टेबल-फॅन. पिण्याच्या पाण्याची काळजी, एक फुलपात्र आणि गरज पडली तर-

दोन ग्लास आणि व्हिस्कीची एक फुल्ल बाटली! 'मळ्यापलीकडे ते घर कोणाचं आहे रे, साळुंके?'

वातावरणाचा ताण झिडकारत मी गप्पा मारण्याच्या आवाजात विचारलं.

'पांगारकर! तिथेच तर मूळ आहे या सगळ्याचं!'

'म्हणजे?'

'एक्सक्यूज मी, सर...मी-मी थोडी व्हिस्की घेतली तर?'

'घे ना! मी पण घेईन थोडी. भर ग्लास.'

ग्लास तयार करताना साळुंकेच्या हाताची होणारी थरथर माझ्या नजरेतून सुटली नाही. त्याने एक ग्लास माझ्या समोर सारला. दुसरा, माझी वाटही न पाहता, तोंडाला लावला.

दारू थोडी मेंदूकडे सरकली, तसा तो सावरला.

'पांगारकरांच्या घरात काय झालं म्हणालास साळुंके तू?'

'अहो, अख्ख्या, कुटुंबानं सुनेला छळ-छळलं, बघा! सासू उपाशी ठेवायची. दीर अंगचटीला जायचा. नणंद उपाशी ठेवायची. सासरा अन् नवरा मिळून मारायचे!'

'का?'

'तिच्या पोटावर कोड होतं. तिच्या माहेरचे लोक म्हणतात- आम्ही कल्पना दिली होती; आणि पांगारकर म्हणतात- त्या लोकांनी आम्हाला फसवलं! ते काहीही असो, शेवंताचा मात्र फार छळ झाला सर! अहो, गर्भार राहिली, तर पहिल्या बाळंतपणासाठी रीतीनं माहेर पाठवली नाही! आणि मुलगा झाला, तर नवरा म्हणतो 'हे माझं नाही; तुझ्या दीराचं आहे!' सांगा काय करावं तिने तरी? दिला या विहिरीत जीव!'

'अरेरे! पण हे तरी नक्की का? का पांगरकरांनीच दिलं असेल ढकलून?'

'दिलंही असेल! काय सांगता येतंय तिनं जीव दिला, का त्यांनी मारली....रोज रात्री वेळी-अवेळी पाण्यात कोणी तरी उडी टाकल्याचा आवाज

येतोच बघा! आणि त्या पांगाऱ्याचं तरी काय भलं झालं का? सासरा 'शेवंते-शेवंते' करीत हार्ट अटॅकनं गेला; सासू आंधळी होऊन बसली स्टॅण्डवर भीक मागत! दीर तर भ्रमिष्ट झाला. 'चुकलो-चुकलो' असं ओरडत फिरायचा रस्त्यानं. शेवटी विहिरीच्या चौथाऱ्यावर एकदा रक्तबंबाळ अवस्थेत मेलेला सापडला!'

'आणि नवरा?'

'ते येडं अता कुठल्याही गुत्यावर जाऊन, 'बायको मेली!' म्हणून धाय मोकलून रडून दाखवतं; कोणाला दया आली तर पाजतात त्याला देशी-हातभट्टी!'

'आणि मग, हा मळा'

माझा प्रश्न घशातच अडकला! साळुंकेच्या चेहऱ्यावर प्रेतकळा पसरली. विहिरीत काहीतरी जड धप्पकन पडलं होतं! मी नुसतं हाताच्या खुणेनं 'हा आवाज?' असं विचारलं. साळुंकेनं थरथर कापत होकारार्थी मान डोलावली.

शरीर आणि मनावर भीतीने लकवा मारण्याआधीच मी ताडकन् उठलो. साळुंके सशक्त आवाजात 'सर....सर...' म्हणत असतानाच, बाहेर आलो. सेकंदाचाही वेळ न गमवता विहीर गाठली. आत डोकावून पाहिलं.

तरंगरहित, शांत पाणी आपलं मला वेड्यात काढत, वाकुल्या दाखवतंय! आई शपऽथ! पाण्यात काहीतरी पडल्याचा आवाज तर मी कानानी ऐकलेला! तो भास मुळीच नाही आणि....

चौथाऱ्यावर, माझ्या मागून काहीतरी चालत येत असल्यासारखी चपलांची करकर ऐकू आली. म्हटलं साळुंके धाडस करून बाहेर आलेले दिसतो! मागे वळून पाहतो तर कुठे कोण!

मग मात्र अक्षरश: पांचावर धारण बसली. इकडे-तिकडे न पाहता, भराभर चालत खोली गाठली

साळुंके, लहान मुलानं दुधाचा कप धरून तोंडाला लावला तसा, दोन्ही हातांनी ग्लास धरून व्हिस्की पीत होता. चाहूल लागताच, तो आधी दचकला. व्हिस्की त्याच्या शर्टावर सांडली. मला पाहताच, त्याच्या जिवात

जीव आला.

'सर.'

'बोलू नकोस! आधी मला व्हिस्की पिऊ दे!' मनातली भीती त्याच्यापासून मुळीच न लपवता मी म्हणालो. एकाच दमात उरलेला अर्धा ग्लास संपवून टाकला.

'तुमचा-तुमचा आता तरी विश्वास बसला ना?'

मी झटकन होकारार्थी मान डोकावून टाकली....कबूल न करून काय करू?

साळुकेनं बापच दाखवला म्हटल्यावर, त्याला श्राध्द करायला कसं सांगणार?'

'साळुंके....ही खोली तशी सुरक्षित आहे ना?'

'म्हणजे...इथे तसा दगा फटका होत नाही, पण....'

'पण काय?' शेवंता बाळंत झाली. तेव्हा तिला याच खोलीत ठेवलं होतं, ना!'

'अगंगंऽ! साला, म्हाताऱ्या सासूनं शेक दिला नाही, म्हणून शेवंता आता रात्रभर आपल्याला शेक देत राहणार की काऽय!'

'आणि बरं का, सर...'

'बास-बास आपण आता झोपून टाकू!' हो, उगाच हा आणखी काही तरी सांगायचा, तर.

सतरंजीवर आडवा झालो. चादर थेट डोक्यावर आढून घेतली. जणू या चादरीवर 'रामनाम' मंत्रित होतं आणि शेवंताला ते माझ्यापर्यंत येण्यापासून राखणारं होतं! कशाला झोप लागते!

बाहेर सतत कसले ना कसले चोरटे आवाज....पायांची चाहूल....कुत्र्याचं अभद्र विव्हळणं....आणि आत, भारलेली शांतता!

कधी एकदा सकाळ होते, असं झालं मला! मनाशी असाही निश्चय करून टाकला. तालुका प्लेस नि इन्टेरिअरमधली आमंत्रणंच पुन्हा घ्यायला नकोत! आणि घ्यावी लागलीच, तर, ही असली परीक्षा पुन्हा पाहायची नाही!

अगदी पहाटे-पहाटे केव्हा तरी डोळा लागला. भीतीवर थकव्यानं मात केली. जाग आली, तेव्हा स्वच्छ उजाडलं होतं. साळुंकेसकट सगळे 'लिओ' मला जाग येण्याची वाट पाहात खोलीत बसून होते!

'गुड मॉर्निंग, सर!'

'गुड मॉर्निंग' उठून बसत मी उदगारलो. आणि अचानकपणे मला कसलासा कोलाहल जाणवला.

'या साळुंकेनं आम्हाला सगळं सांगितलं, सर!'

'ऐक! हा आवाज कसला?'

'गडबड ऐकू येतेय, तो?'

'तुम्हीच बघा ना, सर!'

मी उठून बाहेर आलो, तर सकाळच्या उजेडात मला बरेच शोध लागले! दूरवर एस.टी.स्टॅन्ड दिसत होता! आणि 'पांगारकरांचं घर' म्हणजे चक्क मी उतरलो होतो, ते नगरपालिकेचं गेस्ट हाउस होतं!

अच्छा! म्हणजे आपण दोनदा नदीचं पात्र ओलांडलं, ते एकदा पलीकडे गेलो; एकदा पुन्हा अलीकडे आलो!

हा भिकारडा सांळुक्या मला दूर....दूर म्हणून इथल्या इथेच भटकवत होता! अं? मी स्वत:शीच असे चकित करणारे खुलासे करून घेत असतानाच, विहिरीत काहीतरी धप्पकन पडल्याचा आवाज झाला! दचकून, टुणकन उडी मारत मी आवाजाच्या दिशेनं पाहिलं.

नॅशनलचा एक कॅसेट प्लेअर मला वाकुल्या दाखवत होता! 'हे-हे काय?' मी पराकोटीचं खवळत सगळ्या 'लिओ' ना प्रश्न विचारला. त्यांचा प्रेसिडेन्ट नम्र होत पुढे आला. हात जोडून म्हणाला.

'माफ करा, सर! मला फक्त तुमच्यासारख्या वाचकप्रिय लेखकाला इतकेच दाखवून द्यायचं होतं...भूत असो की नसो; शहारात वातावरण वेगळं असतं. त्यामुळे, तिथे या कल्पनांना थारा नसतो! पण, ज्या वातावरणाचा तुमच्या मनावर काही तासात परिणाम झाला, त्याच वातावरणात अहोरात्र राहणाऱ्या गावकऱ्यांचा त्या कल्पनेवर विश्वास बसत असेल तर, त्यांना आपण दोष देऊ शकू का?

मी क्षणभर विचार केला. मग खदखदून हसू लागलो. मला हसताना पाहून, 'लिओ' ही सुटका झाल्यासारखे हसायला लागले. मनात म्हटलं, हा प्रेसिडेन्ट साला हुषार आहे. पुढे हा कोणीतरी बडा माणूस होईल! तुम्हाला माहितीय?

आता तो त्याच्या जिल्ह्याचा पालकमंत्री आहे! मला नेहमी गावी बोलवतो; पण मी जात नाही. कारण, मैफिलीत एकदा तरी तो किस्सा निघणार आणि......मरो! सांगितलंय कोणी!

❏ ❏ ❏

४. स्वप्नात 'टांग' त्याच्या

'नाना!'

मंदी माझ्या जवळून आत जाताना पुटपुटली आणि माझ्या पोटात बकदिशी गोळा उठला.

ताडकन सावरून बसलो. उगाचच सैरभैर झाल्यासारखी माझी नजर माझ्याच अभ्यासिकेवर भिरभिरली.

'कशाला?'

मंदी अदृश्य होण्यापूर्वी मी पटकन विचारून टाकलं.

'त्यांनाच विचार ना!'

मी खुळ्यासारखा वाट पाहात बसून राहिलो.

आऽयला...या नानाचं काय करावं, काही कळत नाही राव!

खरं सांगायचं ना, तर मी एक स्मार्ट, देखणा, हुषार वगैरे बरीच विशेषणं सहजपणे लावता येतील, असा युवक आहे. कॉलेजात गेलो की, अकरावीच काय, बारावीच्या मुलीही माझ्याकडे पाहून मंदपणे हसतात....लाजतात.

असा मी. आणि हा-

टांग त्या नान्याची!

मला पार येडं-खुळं करून टाकतं राव ते!

म्हातारं सालं दाखवतं तसं श्रद्धाळू नि भोळं आहे, का

वाटतं तसं पक्कं बेणं नि आतल्या गाठीचं आहे....काही टोटलच लागत नाही!

आणि दर वेळी बकरा म्हणून मीच का?

मंदी आहे. रमेश आहे. तायो आहे. सख्या आहे. हवं तर आसपासची दहा-पाच पोरं पोरीही मिळवून देतो म्हणालास तर!

पण नाही, हा काही माझ्याबदली दुसरा कोणी स्वीकारणार नाही!

मीच बकरा!

एकदा कुठून दुर्बुद्धी झाली, आणि या म्हाताऱ्याच्या तावडीत सापडलो! नाही तर, पूर्वी असं नव्हतं. आम्ही मुलं-मुलं या नानांची खूप टिंगल करू शकायचो. त्यांच्या बारीक बारीक खोड्या काढूनही, साळसूद चेहऱ्यानं नाही म्हणून उलटून पडायचो.

तो काळच वेगळा होता महाराज! नानांच्या चिडण्याकडे अन् तक्रारीकडे कोणी फारसं लक्षच द्यायचं नाही. खुद्द आजोबा, बाबा.... अशी मोठी मंडळीही त्यांनाच झापायची! ऊठसूठ पोरांच्या वाटेला जाऊ नये, म्हणून उपदेश करायची.

अशा वेळी नानांची फार कुंचबणा होत असणार! पण हा मुद्दा विचारात घेण्याची आम्हा पोरांना आवश्यकताच काय? जी माणसं इतर मोठ्या माणसांच्या उपस्थितीत आमचं खोटंनाटं कौतुक करतात, संधी साधून आमचा गुप्त छळ करतात, आम्ही हसला-खेळलो की ह्यांची पोटदुखी-डोकेदुखी सुरू होते....नकळतच, ही माणसं आमच्या शत्रुपक्षात पडणार की नाही? संधी मिळाल्यावर आम्ही त्यांना छळणारच की! पण याच कारणासाठी मोठी माणसं आपल्याला जास्त कौशल्याने छळू शकतात, हे काही डोक्यात यायचं नाही!

या नानांनी तर विशेषत: माझा फार वेगळ्या पद्धतीने छळ केलेला आहे!

मी पाचवी- सहावीत असताना आमचा सगळा नातेपरिवार आउटिंगसाठी म्हणून कोणाच्या शेतावर वगैरे गेला होता. यात आम्ही होतो, तसेच नानाही होते. म्हणजे ते असायचेच. आईकडून त्यांचं काहीतरी खूप लांबचं नातं होतं.

कोणाचं लक्ष नाही असं पाहून, आम्ही नानांच्या पायात केळीची सालं

टाकली!

आता, तसा विचार केला तर हे कृत्य फार हिंसक किंवा घातक नव्हतं. परिणाम माहीत नसलेली ती एका फजितीची गंमत होती. नानांनी पूर्ण सहकार्य देऊन आम्हाला एका केळीच्या सालीवरून खूप करामती करून दाखवल्या. सर्वांनाच खूप हसवलं.

उदाहरणार्थ, कल्पनाही नसताना चालणं स्टॉप करून, ते एकदम ज्ञानेश्वरांच्या भिंतीसारखे संपर्ण शरीरानेच पुढे सरकले! त्यांना थांबण्यासाठी आधार म्हणून नेमक्या जानुताई सापडल्या. या जानुताई आमच्या आजोबाप्रमाणे चकोट करून घेत असत! कित्येकदा तर मागच्या बाजूने कोण आहे तेच कळायचं नाही! हिन्दी-मराठी चित्रपटांमधून नंतर टकलू व्हिलनची जी अट आली, ती जानुताईंसारख्या बायांपासून सुरू झाली असणार, असं मला अजूनही प्रामाणिकपणे वाटतं!

केसांमुळे म्हणजे ते नसल्यामुळे, जानुताईचं वय कळायचं नाही. पण ती अगदी म्हातारी नव्हती. त्यामुळे सर्वदेखत नाना असे अंगावर चाल करून आलेले पाहताच जानुताई बिचारी गडबडली. 'हाऽ हाऽऽ!' म्हणत तिनं नानांना ढकलून दिलं. त्यांना तोल सावरायची संधीच नसल्यानं, आम्ही पोरं मांजा पसरताना करतो, तसे हातवारे करीत, नाना एकदम शेषशायी नारायणाच्या पोझमध्ये आडवे झाले!

फार म्हणजे फारच गंमत आली. आमच्या दृष्टीने ती पुरेशी होती. आम्ही ती विसरून जायलाही तयार होतो. पण नाना विसरायला तयार नसावेत! कसं कोणास ठाऊक, पण या करामतीमागचं कर्तृत्व माझं होतं, हे त्यांनी शोधून काढलेलं असावं!

अगदी शकुनीगिरीच केली! तेव्हा जाणीवही दिली नाही. सगळे हसले, तर तेही जोरजोरात हसले, दिवसभरात आमच्यात अगदी मिळून-मिसळून! इतकं की- आम्ही अगदी गाफील होऊन त्यांना मित्र मानायलाही तयार झालो!

आणि संध्याकाळी आम्ही कवठाच्या झाडाखाली खेळत होतो, तर वरतून एकदम ह्यांचा आवाज. 'अरे, धर-धर.....झेल!' दचकून वर पाहिलं, तर

टप्पोरं कवठ अचूकपणे नाकावर!

सहा महिने!

आणि नाकाचा शेप बदलला तो बदललाच!

हलकट लेकाचा! क्रूर! नालायक!

आम्हा पोरांचे ते शत्रू होतेच, पण मी आणि नाना-साप आणि मुंगूसच! कधी ते मुंगूस असणार, तर कधी मी!

या माणसानं माझं सर्वांत जास्त नुकसान केलं ते आमचे आजोबा देवाघरी गेले त्या निमित्तानं! अगदी असं झालं, की या छळातून वाचावं म्हणून तरी, आजोबांनी देवाघरनं एकदा परत यायला हवं!

तो वृद्ध माणूस आपलं आयुष्य संपलं म्हणून विनातक्रार पटदिशी गेला असेल! आणि हे म्हणे-

'विश्या! विश्याची गृहस्थितीच आत्ता अशी होता की, आजोबा किंवा आई- कोणीतरी जाणारच होतं!'

आयला! कसला त्रास झाला असेल मला! कितीही नाही म्हटलं तरी बाबांच्या मनात हे राहणारच ना! की, ह्याच्यामुळे आपली एकुलती एक बायको जाणार होती, नशीब म्हणूनच वडिलांवर निभावलं!

एवढ्यावर माझा छळ थांबला असता तरी माझी तक्रार नव्हती. चार-सहा महिने वर्षभरात वातावरण निवळून गेलं असतं. पण नानांनी या संधीच्या निमित्ताने सगळी मागची-पुढची कसर भरून काढायचं ठरवलेलं असावं!

मुंज लाभणं-न लाभणं....वर्षाच्या आत करायची का तीन वर्षांनी.....असं सगळं चर्चेच्या पातळीवर होतं. अखेर याच मे महिन्यात माझी मुंज करण्याचं नक्की झालं आणि नाना आले की एकदा सकाळी सकाळी लांबोळका चेहरा करून!

'दादा स्वप्नात आले होते!'

आईचा चेहरा भावुक. वडिलांना गंभीर विचारी.

माझ्या पोटात गोळा!

दादा नानांच्या स्वप्नात कशासाठी जावेत, हे कळेना. पण एवढं लक्षात

आलं- गोची आहे! काहीतरी सॉलिड गोची आहे!

माझ्याकडे पाहून एकदा छदमी हसत नानांनी गोची पूर्ण केली!

'मूंज पूर्णत: धार्मिक पद्धतीने झाली पाहिजे म्हणत होते!'

मनात म्हटलं-हॅततिच्या! इतकंच ना? ठीक आहे! नाहीतर म्हटलं......

त्या 'धार्मिक' मधली मेख तेव्हा कुठे माहीत होती!

धार्मिक म्हणजे धार्मिक!

'गोटा-घेरा-शेंडी' हे त्रिकुट एका 'धार्मिकांमध्ये सामवलेलं असतं, हे मला नसलं तरी नानांना आधीच माहिती!

मुंजीच्या वेळी समजलं तेव्हा उडालेच! मुंज नको; पण गोटा आवर असं झालं! पण मुंजीचा असा काही टेम्पो आलेला, की माझ्या केविलवाण्या विरोधाला कोण जुमानतो!

खरं सांगतो- लग्नाआधी प्रत्येक बाईचेच केस जाऽड..... सुळसुळीऽत..... पोटऱ्यापर्यंत असतात, तसं नाही. माझे केस खरंच रेशमी अन कुरळे होते हो! ते तर गेलेच, नि आले ते मात्र राठ नि उद्दामपणे झेंडे उडवणारे!

त्या सगळ्या काळातले अपमान- वेदना- माझे मला माहित!

टपला....खारका.

आणि शाळेत मुलं-मुली एकत्र!

नानांनी जे काही केलं ते एका व्रात्यच; पण पोराशी क्षत्रुत्व धरून कोणीही केलं नसतं

त्या प्रसंगात जरा त्यांना कोलित मिळाल्यासारखंच झालं!

आमच्यात जरा कुठे काही खुट्ट झालं....की चार-पाच दिवस मध्ये, नाना नवं स्वप्न घेऊन हजर!

आईशप्पथ! माणसाला असं गेलेल्या माणसाच्या स्वप्नात जाता येत असतं ना, तर मी कायमचा दादा - आजोबांच्या स्वप्नात मुक्काम ठोकून बसलो असतो! ते नानांच्या स्वप्नात जायला निघालो रे निघालो की- हां! खबरदार! जायचं नाही त्या नानाच्या स्वप्नात!

नाहीतर काय!

आज काय, विश्याला अनवाणी जेजुरीला जाऊन यायला सांगितलं!

उद्या काय, त्याच्याकडून एक हजार एकशे आठ वेळा गायत्रीचा जप करून घ्या!

हा सगळा त्या नान्याचा वात्रटपणा आहे हे मला कळत होतं हो; पण ज्यांना कळायला पाहिजे त्यांच्या मेंदूत कुठे प्रकाश पडतोय!

बरं, मी लहान. माझ्या सूड घेण्याच्या कल्पना तेव्हा बालिश अन् पोरकटच असणार. पितळ उघडं पडायचं!

त्यांच्याच स्टाइलनं एकदा आईला म्हणालो,

'दादा दिसले!'

आई संशयाने पाहायला लागली.

'असं-असं उपरणं अंगावर पांघरलं होतं, डोक्यावर लाल पगडी होती.'

'काय म्हणत होते?' मंदपणे हसत आईनं विचारलं.

विचार न करता चटकन उत्तर दिलं. म्हटलं,'म्हणत होते-नानाच्या स्वप्नात मी जात नाही! ते खोटं बोलतात. आणि त्यांना धुंण वाळत घालायच्या काठीनं बदडायला सांगितलंय!'

हे शेवटचं सांगितलं नसतं तरी, तरी कदाचित आईला शंका आली नसती; पण माझ्या तेवढं लक्षात यायला हवं ना!

खूप उपदेश, नि वर-

'ते आपल्या भल्याकरता झटतात! धार्मिक काही करण्यानं हात झडत नाहीत माणसाचं, असं बोलू नये!'

संध्याकाळी नाना काहीतरी नवी शक्कल घेऊन आले, तर त्यांच्या पाया पडून क्षमा मागायला लावली!

आहे की नाही?

ज्या कारणासाठी लहान मुलांना मोठ्यांची क्षमा मागायला लावयची, तीच कृत्यं ही मोठी माणसं मात्र बिनदक्कतपणे करणार!

नानांचा हा जाच मी इतकी वर्षं सहन केला, की माझ्या जागी दुसरा कोणी मुलगा असता तर आधुनिकता वगैरे विसरून तो एव्हाना धर्मभोळा, बावळटच म्हटला गेला असता!

माझ्यातलं बंड मात्र या प्रतिकूल परिस्थितीतही धगधगत होतं. मला वाटतं, १८५७ च्या बंडातलाच एखादा चिवट जीव माझ्या रूपाने या पृथ्वीतलावर अवतीर्ण झालेला असणार! अन्यथा ही चिकाटी सर्वथा अशक्यच!

नानांच्या कचाट्यातून सुटका करवून घेणं आणि त्यांना कायमची मात देणं- याविषयी मी सतत विचारमग्न असायचो.

ते,म्हणतात ना- एखादी ग्रहदशा अमुक एक वर्षानंतर पालटते! तसतसा हा पापग्रह माझ्या पत्रिकेतून निष्प्रभ होण्याची स्वप्नं पाहायचो.

आणि एकदा....

खरं आहे! हर कुत्ते के दिन बदलते है, हे खरं आहे!

आता मी पूर्वीइतका लहान राहिलो नव्हतो. माझ्या चाली बदलू लागल्या होत्या. नानांना त्या अधून-मधून जाचकही होऊ लागल्या होत्या.

असे दिवस पालटण्याची चिन्हे दिसत असतानाच....

नाना माझ्या हाती अलगद सापडले!

आपण या पोराच्या तावडीत सापडलो! हे त्यांना कळण्याआधीच ते चारी मुंड्या चीतही झाले!

कॉलेजातून मी नुकताच परत येत होतो. तर नाना अगदी घराच्या कोपऱ्याशीच कोणाशी तरी बोलताना दिसले. त्यांचं लक्ष नव्हतं. कोणा देवभोळ्याला ते धर्मांच महत्त्व वगैरे समजावून सांगण्याच्या मूडमध्ये असावेत. शेजारून जाताना मी आपलं ऐकलं.

'.....राहून गेलं की राहून जातं! त्यापेक्षा बोलला नवस आधी फेडून टाकावा. आमचं पहिलं कुटुंब....पहिल्या बाळंतपणात मी सत्यनारायणाचा नवस बोललो होतो. त्या वेळी एकदा तो जो राहिला.....मुलगा संसाराला लागला बघा! कुटुंब जाऊन अठरा वर्षे झाली!'

या वक्तव्याचा आपल्याला अघोरी उपाय म्हणून लवकरच उपयोग होईल, हे माझ्या ध्यानीमनीही नव्हतं! आपलं ऐकून ठेवलं इतकंच!

आणि त्यांनंतर दोन दिवसांनी ती सोनेरी प्रभात उगवली.

उठून, दात घासून, चहा प्यायला स्वयंपाकघरात आलो, तर नाना 'अगंगंगंगंगंऽ' करीत पाटावर टेकतच होते!

'सत्यनारायण करायला हवा!'

आईच्या हातातून चहाचा कप घेत, त्यांनी तोफ डागली.

मी लगेच सावध. क्षणार्धात डोक्याला भिंगरी भिरभिरली.

'हो' गंभीरपणे त्यांच्याकडे पाहात मी म्हणालो,'करायला हवा खरा!'

नानांनी तोंडाचा 'आ' वासला.

हे नेहमीपेक्षा काहीतरी वेगळंच घडत होतं!

चक्क विश्या आणि नानांचं एकमत-?

'काय? काय करायला हवा?'

'सत्यनारायण! आणि एक नाही आई....एकवीस!'

'टिंगल करू नकोस हां मेल्या!' असं पुटपुटत आई संशयानं माझ्याकडे पाहू लागली. नानांना तर एकूणच सगळ्या परिस्थितीचा संशय यायला लागला असावा. माझ्याकडे रोखून पाहताना, त्यांचा डावा डोळा फडफडू लागला. नाकपुड्या थरथरू लागल्या. खालचा ओठ लुळा पडून, जबड्यातून सुटल्यासारखा लोंबू लागला.

'नाना'- मी फार महत्त्वाचं काहीतरी विचारतो आहे,अशा आविर्भावात मी विचारलं, 'तुम्ही कोणत्या सत्यनारायणाबद्दल बोलताहात?'

'कोणत्या म्हणजे?'

'म्हणजे....सत्यनाराणाचं तुमच्या मनात केव्हा आलं?'

'ते....हे दादा! ते स्वप्नात सांगून गेले! पण....'

'करून टाका!'

'काय करून टाका?'

'सत्यनारायण हो.'

'कोण-मी?'

'विश्याऽ!'

'अगं आई, दादा ह्यांच्या स्वप्नात आले होते! विश्यानं सत्यनारायण करावा असं दादांच्या मनात असतं तर-'

'मी खोटं बोलतो की काय?' नानांनी आवाज चढवून विचारलं.

नाना अचूकपणे हातात सापडतायत असं पाहून माझा आनंद गगनात

मावत नव्हता, पण चेहेऱ्यावर तसं काहीही न दर्शवता मी म्हणालो.

'नाही, नाना! उलट या वेळी माझा तुमच्यावर जितका विश्वास बसला आहे, तितका तो पूर्वी कधीच बसला नसेल!'

'आँ!'

आता मात्र, आईही चांगलीच गोंधळात पडली.

'विश्या....काय भानगड आहे ही?' तिनं विचारली.

म्हणालो, 'आई, तू रागावू नकोस. मी खरं तेच सांगतोय. आज पहाटेच दादा माझ्याही स्वप्नात आले होते!'

मी असं म्हणताच, नानांच्या घशातून खूप चित्रविचित्र अनाकलनीय असे आवाज बाहेर पडले. त्यांचा तो बोलण्याचा प्रयत्न असलाच तर मला एक अक्षरदेखील कळू शकलं नाही. पण माझी करमणूक मात्र भरपूर प्रमाणात झाली!

'व-वा-वा-वि'

'विश्वास! विश्वाऽ

'आई, कधी मी पण विश्वास ठेवला नव्हता. म्हटलं आपल्या मनाचे हे सारे खेळ असणार! पण नानांनीही स्वप्नात येऊन सत्यनारायणाचं सांगितलंय म्हटल्यावर...साक्षच की ही!'

'काहीतरी जबरदस्त घातपात आहे,' हे नानांच्या एव्हाना लक्षात आलंही असेल. पण आता त्यापासून स्वतःचा बचाव करणं त्यांचं त्यांनाच सुधारत नव्हतं. अत्यंत टोकाची लघवीला लागावी आणि सुरवारीची नाडीच सापडू नये! अशी त्यांची गांगरली अवस्था झाली होती.

'विश्या....तू चेष्टा नाही ना करत?'

'नाही आई! दादा, आजोबांच्या पवित्र जानव्याशपथ!'

'नीट सांग, काय ते!'

नाना, 'अग त्याचं काय मनावर घेत्येस इन्देऽ!' वगैरे भक्कमपणे म्हणत होते. त्यांच्याकडे लक्ष न देता मी सुरूवात केली.

'आई, नानांच्या तरुणपणातलं मला काही माहीत नाही; पण....नानांना दोन बायका होत्या का?'

नानांनी चमत्कारिक नजरेनं माझ्याकडे पाहिलं.

आईचा माझ्या बोलण्यावर विश्वास बसू लागला.

'नाना, तुमच्या पहिल्या बायकोच्या बाळंतपणात तुम्ही सत्यनारायणाचा नवस वगैरे बोलला होता....आणि तो राहिला, असं काही झालं होतं का?'

नानांनी गुडघ्याच्या वाटीवर टक्कन दगड बसल्यासारखं कळवळत्या नजरेनं माझ्याकडे पाहिलं.

'घ्याऽ नानाऽ....कळलं नाऽ?' आई त्यांच्याकडे पाहून म्हणाली.

'आई. दादा म्हणत होते- हा नाना-दादा म्हणत होते हं, आई....मी नाही!'

'बरं बरं, सांग आता! हा नाना दुसऱ्याला देव-धर्म करायला लावतो आणि स्वत: मात्र नवस फेडत नाही! त्यानं दंडासकट एकवीस सत्यनारायण केले नाहीत, तर मला मुक्ती मिळणार नाही!'

ऐकून, नाना मटकन खाली बसले.

मी आणि आई सुरू. नाना यातलं काहीही खोटं नाही. तुम्हाला दादांकरता एकवीस सत्यनारायण करायला हवेत! आणि एक-एक नको! एकदा राहिलं की राहून जातं! एकदम एकवीस!

चौरंग-पाट-ताम्हण....सगळं भाड्याने मिळतं.

एकवीस जोडपीही मिळतील!

लागा तयारीला!

नानांना मदत करायला मी एका पायावर तयार! खूप झटलो. आई तर म्हणायला लागली 'विश्यानं मनावर घेतलं, म्हणून होऽ!'

नानांच्या तोंडून चकार शब्द नाही!

थकलेच ते!

पंधरा दिवसांनी एकदम उगवले.

आल्या आल्या 'इन्देऽ....दादाला मुक्ती मिळाली होऽ आज पहाटे सांगून गेले!'

मी त्यांच्या कानाशी म्हणालो,

'कसं शक्य आहे? आजच तर माझ्या स्वप्नात--'

तसे रोखून पहात गुरगुरले.

'माझ्या यापुढे येणार नाहीत याची काळजी मी घेईन; तुझ्या येणार नाहीत याची काळजी तू घे! संपलं!'

आणि त्या दिवसापासून खऱ्या अर्थानं मी नानांच्या स्वप्नांतून मुक्त झालो!

आम्हाला दोघांनाही नको ती स्वप्नं मुळीच पडत नाहीत!

❏   ❏   ❏

५. कैसे कैसे लोग...

सहज गप्पा मरायाला म्हणून एका गृहस्थांकडे गेलो होतो.

हे गृहस्थ गेली दोन-अडीच तपं मुद्रक आहेत. त्यामुळे आपोआपच त्यांचं वाचन भरपूर झालं आहे. त्यांना संपादनाची कलाही अवगत झाली आहे. त्यांची 'नजर'तयार आहे, असा त्यांच्या वर्तुळातील सर्वांचा समज आहे.

परवा-परवाच त्यांनी मला एक लेखिका किती उत्कृष्ट लिहिते, याचं उदाहरण म्हणून तिची एक कथा सांगितली. समोरचा लेखक वगळून, मराठी भाषेतले समस्त लेखक / लेखिका 'श्रेष्ठ' असल्याचा त्यांना नेहमी साक्षात्कार होतो, का त्यांचा हा साक्षात्कार माझ्यापुरताच आहे हे मला कायमचं कोडं आहे! हे मात्र नक्की, की गेल्या चोवीस वर्षांत या गृहस्थाने 'तुमची अमुक कादंबरी मला फार आवडली!' अशी दादा मला न देण्याचा हट्ट कायम ठेवला आहे. आणि 'विक्रमादित्य' राजाच्या चिकाटीनं, मी त्यांच्याकडे जातोच आहे!

त्या 'ग्रेट' लेखिकेची या गृहस्थांना भारावून टाकणारी कथा, थोडक्यात अशी:

एका तरुणाचं एका दरिद्री मुलीवर प्रेम. वडील म्हणतात- तिच्याकडून काय मिळणार? पेक्षा, या अमकीशी लग्न कर. मुलगा वडिलांचं ऐकतो. 'अमकी'शी लग्न करतो. त्यांना मुलगी

होते. तिचं लग्न. लग्नात ही दरिद्री प्रेयसीच मुलीची श्रीमंत सासू बनून! मुलगी पाहण्याच्या वेळी हे गुपित का खुललं नाही? हा तरुण चिंतेत पडतो. की, नकाराचा राग ही बाई आता सुनेवर काढणार. पाठवणीच्या वेळी, तो हात जोडून म्हणतो,'झाल्या सर्व चुका क्षमा करा, आणि पोरीला लेकीसारखं सांभाळा!' सासरा व्याह्याच्या नम्रपणाने खुश होतो. सासू फक्त काही न बोलता, हसते!

पुढे काय?- संपली की!

आता, या गृहस्थांनी गोष्ट सांगताना, महत्त्वाचा काही तपशील गाळला नसेल, तर ही कथा म्हणजे टुकार सिद्धहस्तपणे टाकलेली पाटी आहे, हे दस्तुरखुद्द लेखिकेलाही मान्य असेल! या गृहस्थांना ही भंपक कथा इतकी आवडते, तर....

'माझा 'माहौल' कथा-संग्रह वाचला का तुम्ही?' मी क्षीण आवाजात प्रश्न केला.

'नाही. काय आहे....प्रिंटिंगसाठी येतं, ते सगळं प्रूफ-रीडिंगसाठी वाचवंच लागतं! मग वेळ मिळाला की मी जरा वेगळं वाचन करतो. दर्जेदार!'

तरी, मी चिकटी सोडली नाही. मुंबईतल्या लेडीज, पब आणि बारमधल्या वातावरणावर यंदाच्या वर्षीच्या एका दीपावली अंकासाठी मी 'अंधारभूल' नावाची कथा कशी लिहिली वगैरे सांगायला लागलो. तर,त्या संदर्भातला एकच मूलभूत प्रश्न त्यांना मला विचारावासा वाटला.

'अनुभव घेऊन लिहिताहात ना?.....हंऽ! नाही तर, वाचक लगेच हं! असं म्हणून कथा मोडीत काढतात हं!'

खरं तर, त्यांच्या इथून बाहेर पडताना, मला अत्यंत नगण्य....साबणाने धुतला जाणारा, अंगावरला मळ वगैरे झाल्यासारखं वाटत होतं!

खिन्नपणे विचार करीत चाललो असताना, मला अचानक एक प्रसंग आठवला.

एका प्रकाशन समारंभानंतर एक बुफे पार्टी होती. त्यात मात्र एक बुजुर्ग भेटले होते. ते मराठीचे प्राध्यापक होते नि अपरिहार्यपणे विनोदी

लेखकही होते! मी त्यांचं काही ना काही वाचलं होतं. त्यांच्याबद्दल मला इतरही माहिती बऱ्यापैकी होती. तीच सांगून, त्यांनी तासभर माझ्या घशाखाली घास पण उतरू दिला नाही! माझी अमकी कथा- चार निर्माते तिच्यासाठी माझ्याकडे आले होते! माझे अमके-तमके चित्रपट सिल्व्हर ज्युबिली झाले! मी कथा लिहितो. कादंबरी लिहितो. चित्रपट कथा देतो. पटकथा लिहितो. संवाद लिहितो. वगैरे.....वगैरे!

लिहा हो, लिहा! मी तुमचं पेन ढापण्याचा गुन्हा केला का? मग, मला - लिहूनच्या लिहून - परत, सांगताय कशाला?

आणि वर जाताना, माझ्या हातात व्हिजिटिंग कार्ड!

'निवाऽन्त' रात्री गप्पा मारताना आपण किती खाऊ शकतो. ते 'रात्र' चढली, नि उलटली तरच कळू शकतं. तसं एका बिचाऱ्या कार्डात किती मजकूर मावू शकतो, हे, ते कार्ड पहिल्यावरच मला कळलं.

ते बोलले, ते सगळं त्या कार्डावर होतं हो!- त्या प्राध्यापकाचंच बरोबर होतं.

तुम्ही चांगलं लिहा, नाही तर वाईट लिहा....आपल्या कर्तृत्वासंदर्भात तुम्हाला ठाम आत्मविश्वासाने बोलता यायलाच पाहिजे. त्या बाबतीत, तुम्ही आक्रमकपणे आग्रही नसाल, तर तुमचं म्हणणं कोणी ऐकूनही घेत नाही नि तुम्हाला महत्त्वही प्राप्त होत नाही.

अहो, परवा....पंधरा-वीस दिवसांपूर्वी सकाळी सात वाजता भल्या माणसानं मला फोन केला:

'केसरी' तलं तुमचं 'वर्तुळातील माणसं' हे सदर मी वाचतो. मला ते फार आवडतं. तुम्हाला भेटण्याची इच्छा आहे. येऊ का? मी परगावहून आलो आहे....

म्हटलं, मी कादंबरी लिहितोय. जास्त वेळ देऊ शकणार नाही....!

पंधरा मिनिटं, मला जास्त वेळ नकोच आहे.....

त्यांना मी दहाला यायला सांगितलं. तर, हा गृहस्थ पावणेदहाला हजर!

सत्तरीचा म्हातारा! परगावाहून आलेला. आपण काय इतके सिद्धहस्त

आहोत, की ठेवला बसवून पंधरा मिनिटं!

'या, या' म्हटलं. ते म्हणता येतं. सोपं असतं. पंधरा मिनिटं उलटून गेली, तरी गृहस्थ जागचा उठत नसेल, तर 'जा, जा' म्हणतात, ते अजून मला जमलेलं नाहीये. आणि मनाशी स्वत:चे हिशेब करून आलेल्या माणसाला, हेही लक्षात येत असावं.

पावणेदहाला आलेले हे आजोबा अकरा तीसला गेले हो!

आणि ते कशासाठी आले होते असं वाटतं?

लेखकाशी गप्पा मारायला.....त्याच्या लेखनाबद्दल वाटणारा कुतूहल शमवायला.....

अंहं, पावणेदोन तास त्या गृहस्थानं मला फक्त स्वत:बद्दलची अनंत माहिती सांगितली. माझ्या लेखनातला वेळ घालवून मी ती का ऐकलीच पाहिजे, हे मला अजून कळलेलं नाही! आणि जाताना-

ॲ-हॅ-हॅ-हॅ....कसा 'टाइमपास' झाला, कळलंच नाही. फार मजेत वेळ गेला. आपल्या विचारांचं आदान-प्रदान झालं.....बरं वाटलं!

छान! आजोबा, तुमचा 'टाइमपास' झाला; माझ्या लेखनातले पावणेदोन तास कायमसाठी बाद झाले! तुमचा वेळ मजेत जाणारच, पण माझं काय? 'आदान प्रदान' यात दोघेही विचारांची देवाण घेवाण करतात हे सांगितलं नाही का कोणी आजपर्यंत तुम्हाला?

मी जे म्हणतो, ते हे! तुम्हाला कर्तृत्वाबाबत आक्रमक होता आलं पाहिजे. वेळप्रसंगी, 'मी आता आपली रजा घेतो!' असं आपल्याच घरी आलेल्या माणसाला ठणकावून सांगता यायला पाहिजे. हे जमलं नाही ना, तर तुम्ही कायम दुय्यमच राहणार नि कोणी म्हातारा तुम्हाला वेठीला पकडून, छान विचारांचं हे 'असं' आदानप्रदान करणार!

एखादा माणूस माझ्याच लेखनाबद्दल चुकीची माहिती देत असेल, तर ती देखील दुरुस्त करून द्यायला संकोचणार आम्ही! तर, आम्ही कसले मोठे लेखक होतो!

मी काहीही अपराध केलेला नसताना, एका तालुका पातळीच्या शाळेतल्या शिक्षकानं मुलांना माझ्या देखत, माझ्याबद्दलची अशी माहिती

सांगितली:

'मुलांनो, आज सुप्रसिध्द लेखक सुहास शिरवळकर योगायोगानं शाळेत आलेत. (जणू, आमचं लहानपण बकरीचं दूध काढण्यात नि गाढवं हिंडवण्यातच वाया गेलं होतं!) त्यांचा परिचय करून देण्याची गरजच नाही! (नको ना देऊ मग! मी त्यासाठी तुला लाच दिलीय का?) कोणत्याही वर्तमानपत्राचं पान काढा....'वाचकांच्या पत्रव्यवहारात' ह्यांचं एक तरी पत्र असतंच!....'

बास, बास....पुढे काय असू शकेल, याची कल्पना तुम्हीच करा किंवा करू नका खरं तर!

अरे, मला एक कळत नाही.....शिक्षक म्हटला, की त्यानं ओ का ठो माहीत नसलेल्या विषयावरही अधिकारवाणीनं बोललंच पाहिजे का?

तुझी वेळ साजरी झाली चिमण्या; पण मुलांच्या मनात निष्कारण माझ्या लेखनाबद्दल गैरसमज निर्माण झाला ना! आणि विद्यार्थ्यांसमोर शिक्षकाचं अज्ञान उघडं पडू नये, म्हणून मीही खुलासा केला नाही!

वेळीच ठणकावता यायला पाहिजे, डाफरता यायला पाहिजे. मग, स्वत:ची इज्जत राखण्याकरता, कोणासमोर - कोणाचा बळी जातो, याची पर्वा नाही वाटली पाहिजे.

माझ्या असं लक्षात आलं आहे, की ज्ञान मिळवण्यासाठी, अज्ञान आहे - हे आधी माणसाला समजलं पाहिजे, हे पटलं पाहिजे आणि त्याची लाज वाटून, ते दूर करण्याची त्याची वृत्ती पाहिजे. पण दिसताना नेहमी उलटंच दिसतं. वेगळंच अनुभवायला येतं! असलेल्या आपल्या अर्धवट किंवा चुकीच्या ज्ञानालाच माणसं पूर्ण ज्ञान समजत असतात. त्यावरच बेहद्द फिदा असतात. या ज्ञानाचं जास्तीतजास्त प्रदर्शन करण्याची एकही संधी ही माणसं सोडत नाहीत!

आणि गंमत अशी की, या माणसाचं ज्ञान अपूर्ण आहे, हेही फार थोडक्यांच्या लक्षात येतं! सर्वसामान्य माणूस या माणासाच्या ठणकावून सांगण्यावरच विश्वास ठेवून त्याची माहिती खरी गृहीत धरतो!

माणसाला स्वत:च्या ज्ञानाचं प्रदर्शन करायला आवडतं. त्याला

दुसऱ्याला बेधडकपणे सल्ले द्यायला आवडतं. आणि हेही आहे की, त्याचं अज्ञान- त्याचा खोटेपणा तुम्ही उघडकीला आणलाय, तर त्या क्षणापासून, तुम्ही त्याच्या मनातून उतरता. तो तुमचा शत्रू होतो!

एका मुलाखतीची हकिकत आहे. जेमतेम दोन-तीन वर्षं झाली असतील.

'शिरवळकरांचं समग्र वाङ्:मय मी वाचलंय! डोन्ट वरी. मी घेतो मुलाखत!'असं आत्मविश्वासानं जाहीर करून, एक तरुण माझी जाहीर मुलाखत घ्यायला बसला. प्रश्नांची सुरूवात रहस्यकथेपासून होणं सयुक्तिकच होतं. कारण, १९७३ ते १९७९/८० पर्यंत मी सातत्यानं रहस्यकथा-लेखन केलेलं, नंतर रहस्यकथा बंद करून मी सामाजिक कादंबरी लेखनाकडे वळलेलो.

तो प्रश्न विचारतोय; मी उत्तरं देतोय. पण प्रश्न सगळे रहस्यकथांच्या संदर्भात! मी आपला वाट बघतोय- आता हा माझ्या कादंबऱ्यांकडे वळेल..लघुकथांबद्दल विचारेल..ऐतिहासिक कादंबऱ्यांबद्दल बोलेल....

छे! थेट मुलाखतीची वेळ संपत आली, आणि शेवट- शेवट म्हणून त्यानं गंभीरपणे प्रश्न विचारला-

'सु. शि., तुमच्या लेखनाची शैली फारच सुंदर आहे. तुम्ही हवं ते वाचकांच्या गळी उतरवू शकता; पण....आपण सामाजिक कादंबरीकडे वळावं, असं काही लेखन करण्याचा तुमचा मानस आहे का?'

मी फक्त डोळे मिटून गप्प राहिलो!

श्रोत्यांमधून हास्याची जी कारंजी उसळली नि टाळ्यांचा जो कडकडाट झाला, त्याला तोड नाही!

बऱ्याचदा मी हे असे अत्याचार सहन केलेत. त्यात माझा तोटाही झालाय. आणि जेव्हा जेव्हा मी ते सहन केलेले नाहीत, तेव्हाही माझाच तोटा झालाय!

एकदा एक सव्वा इंच लेखक, केवळ कारने कोकणात जायला मिळणार, म्हणून माझी मुलाखत घ्यायला यायला तयार झाले! अर्थात त्यांचा हा हेतू नंतर उघडकीला आला. ते येणार, हे परस्पर एका ग्रंथ-

विक्रेत्यानं ठरवलं होतं. पुस्तकजत्रा होती. त्यासाठी एक प्रकाशक त्यांची कार घेणार होतेच. या जत्रेच्या निमित्तानंच ही प्रकट मुलाखत आयोजित करण्यात आली होती.

मी आपलं प्रामाणिकपणे या लेखकरावांना विचारलं,'तुम्ही माझं काय काय वाचलं आहे?' तर, त्यांनीही तितक्याच प्रामाणिकपणे सांगितलं,'मी तुमचं अक्षरही वाचलेलं नाही!'

'अरे वा ! छान! मग, तुम्ही मुलाखत कशी घेणार?'

'लहान आहात! मुलाखत घेण्यासाठी, लेखकाचं काही वाचलेलं असावं लागतं.... कोणी सांगितलं तुम्हाला?'

या प्रश्नातच भावी वाटोळ्याची नांदी होती. पण माझ्या लक्षात आलं, खरं!

म्हटलं, असेल! एखादा लेखक मेला की त्याची थोरवी वर्णन करताना, जिवंत लेखक त्याच्यापेक्षा दर्जाहीन दाखवण्याकरता, स्तंभ-लेखकांना कुठे दोन्ही लेखक वाचलेले असण्याची गरज भासते? किंवा, 'दशकातील लेखक - आशानिराशा!' असे अभ्यासपूर्ण समजले जाणारे संशोधन-लेख देखील मोबदल्यानुसार लिहून देणारे विद्वान समीक्षक असतातच की! हे तर काय, एका जिवंत लेखकाची प्रत्यक्ष मुलाखातच तर घ्यायचीय.

तरी मी पुन्हा त्यांना प्रामाणिकपणे विचारलं,'तुम्हाला माझ्याकडची काही पुस्तकं देऊ का? पंधरा वीस दिवसात तुम्हाला वाचता येतील'

तेही पुन्हा प्रामाणिकपणे म्हणाले, 'द्या! मी वाचतो.'

आणि प्रवासात मी त्यांना विचारलं, 'काय झाली पुस्तक वाचून?'

तेव्हाही त्यांनी आपला प्रामाणिकपणा सोडला नाहीच! 'नाही! अक्षरही वाचायला वेळ मिळाला नाही! तुम्हीच सांगा, त्यात काय आहे!'

मग, मी पण कविता ऐकवण्यासाठी कवी-संमेलनात माइकचा ताबा मिळवणाऱ्या साक्षात कवींप्रमाणे, झपाटून त्यांचा ताबा घेतला. थेट मुक्कामावर येईपर्यंत त्यांना कथानकं - त्यांचा उगम... सगळं काही तोंडाला फेस येईपर्यंत सांगितलं! त्यांनीही ते कानात समुद्रफेस घालण्याची गरज असल्याच्या मख्ख शांततेनं ऐकलं.

आणि मुलाखतीच्या वेळी....

घी तो थाच नही; बडगा मात्र देखा!

'विचारलेल्या प्रश्नांची मोजकी उत्तरं द्या! पाल्हाळ लावू नका!'

'तुम्ही तुमच्या अमुक कादंबरीचं कथानक, अमुक चित्रपटावरनं ढापलंय, असं वाचक म्हणतात! तुमचं काय म्हणणं आहे?'

मी वैतागलोच. श्रोतेही खळखळायला लागले.

शेवटी, मी जाहीर करून टाकलं, ह्या लेखकानं माझं काहीही न वाचता मुलाखत घ्यायला आलेत! मीच सांगितलेल्या माहितीला विकृत स्वरूप देऊन, हे माहीतगारासारखे प्रश्न विचारतायत्! तर यांना आपण विश्रांती देऊ. ते कंटाळले की झोपायला जातील!'

त्यानंतर श्रोते, प्रकाशक आणि विक्रेता- या सर्वांनी उत्स्फूर्त प्रश्न विचारले, मुलाखत रंगली. तीन-साडेतीन तास चालली!

हे लेखकराव नंतर सगळ्यांना सांगत सुटले,'शिरवळकरांना माझ्या प्रश्नाची उत्तरे देता आली नाहीत!'

आहे ना, म्हणजे, काही बोलू नये....सहन करावं, तरी आपला तोटा; सहन करू नये- स्पष्ट बोलावं, तरी आपलाच तोटा!

काय एक-एक माणसं भेटतात हो! ही सगळी माणसं अशी ना तशी अंगावर घेता येतात. घेतच असतो आपण. पण, ज्यानं आपल्याला, आपल्या लहानपणी पाहिलं आहे नि लहानपणीचेच आपण ज्याला माहीत आहोत, अशी माणसं तुमची जी गोची करतात ना, त्याला मात्र तोड नसते!

डोंबिवलीच्या 'आरती प्रकाशना'ने माझं पुस्तक प्रकाशित केलं. त्याचा प्रकाशन समारंभ होता. मी त्यासाठी आर्वजून गेलो होतो.

आम्ही एकटेच शिरवळकर पुण्यात स्थायिक. चुलत नाती सगळी डोंबिवलीत. त्यामुळे समारंभाला बरेच नातेवाईक. मुंबईचे प्रकाशक-विक्रेते आणि उत्साही, रसिक डोंबिवलीकर. पुण्यात प्रकाशन-समारंभाला काय गर्दी असेल, अशी गर्दी.

समारंभ रीतसर पार पडला. नंतर, अभिनंदन- ग्रुपने गप्पा वगैरेही त्याच उत्साहात.

माझ्याच पुस्तकाचं प्रकाशन असल्याने, अर्थातच मी केंद्रबिंदू होतो.

तेवढ्यात माझी एक काकू, गर्दीतून वाट काढत थेट माझ्यापर्यंत आली. येऊ देत येण्याबद्दल काही नाही. तिने ज्या पद्धतीने अभिनंदन करून, माझ्याशी असलेली अधिकारयुक्त जवळीक दाखवली ना, ती दाखवण्याबद्दल माझा आक्षेप आहे.

एक पस्तिशीचा; पण लहान दिसणारा, लेखक आणि त्याच्या खांद्यापाशी उंची संपणारी- विशालकाय- कृष्णवर्णीय अशी स्त्री, 'एऽ काय रेऽ!' असं निरर्थक काहीतरी ओरडून समस्त लोकांचं लक्ष वेधून घेत, त्याचे गालगुच्चे घेतीय!

कसं दिसलं असेल ते दृश्य! परमेश्वराऽ....!

हा असा होणारा 'कौतुक सोहळाच' परवडतो, एक वेळ. कारण, बलात्कारासारखाच तोही एक क्षणात घडून जातो! एकदाच घडू शकतो.

पण लेखकाला, केव्हाही एके काळी, 'चुकून' लेखनाचा 'पदर' आलेला दूरचा नातेवाईक असणं- यासारखं लेखकाचं पाप नाही! या नातेवाइकापेक्षा, दहा समीक्षक विरोधात गेले तरी परवडतं!

माझ्या एका मेहुण्यांचे एक भाऊ. ते आता टांकसाळीतून निवृत्त झाले आहेत; पण त्या पूर्वीच,'य' वर्ष आधी ते म्हणे- कविता.....नाटक....अशा कलाक्षेत्रांमधूनही निवृत्त झाले आहेत! त्यांची एक कवीता 'सत्यकथे'नं छापली नाही, पण स्वीकारली होती! म्हणजे नक्की काय, ते मला अजूनही समजलेलं नाहीये! 'सत्यकथे' चं सगळंच न्यारं! असो. पण, एका कवितेची अशी त्रिशंकू अवस्था करून - 'सत्यकथे'च्या एक हजार मैलांच्या परिघातही न आलेल्या माझ्यासारख्या किरकोळ लेखनाची, संपादकांनी जी कायमची घोर अवस्था करून ठेवली आहे, ती कृतीही 'सत्यकथे'लाच साजेशी आहे!

मी भेटलो, की 'याचं नवीन काय चाललं आहे?', यापेक्षा लोकांना आपली कैलासवासी माहिती पुन:पुन्हा सांगण्याचा मोह का होत राहतो, कोण जाणे! मला भेटणारीच ही माणसं नॉस्टेल्जियात जगत असतात, का सर्वच लेखकांना ती शापासारखी भोगावी लागतात?

छापली नाही, पण 'सत्यकथे' नं माझी एक कविता स्वीकारली

होती! एक-दोन 'माणूस' च्या माजगावकरांनी माझी एक कविता छापली; पण मला अंक पाठवला नाही, आणि मानधन दिलं नाही!

आणि....

सुरुवातीच्या काळात या नट-नट्यांना काही कळत नसतं, नि संधीच्या शोधात त्यांना चॉइसही नसतो, हेच खरं! आपली रीमा लागू....आता मारे हिंदी चित्रपटांमधून आईच्या वगैरे भूमिकांतून चमकतेय.....विजयाबाईंच्या नाटकांतून वगैरे काम करतेय! 'कु.नयन भडभडे' असताना, या एक्स-डायरेक्टरच्या एका नाटकात तिनं काम केलंय....लक्षात तरी आहे का तिच्या?

हे नक्की खरं असेल. सुरूवातीला कलाकराला फक्त संधी हवी असते आणि त्याचापाशी विवेक नसतो! (रीमालाही तो दुसऱ्या अर्थानं 'लागू' झाल्यावरच मिळाला, म्हणा!) मी नाही का, कोणा-कोणासाठी रहस्यकथा लिहिल्या!

पण म्हणून....'या' क्षेत्राचा आजी सदस्य - प्रतिनिधी, म्हणून मला का शिक्षा?

गेल्या महिन्यात हे गृहस्थ त्यांच्या कामानिमित्ताने पुण्यात आले होते. माझ्या मेहुण्यांकडेच उतरले होते. कळलं, म्हणून म्हटलं, जावं गप्पा मारायला.

आमचे हे दूरचे नातेवाईक जसे स्वत:च्या 'त्या' आठवणींमधून बाहेर पडलेले नाहीत, तसेच ते माझ्या लेखनाबद्दलच्या सुरुवातीच्या मतांपासूनही ढळलेले नाहीत! कारण, 'आता' ते ऐतिहासिक....आत्मचरित्र....असं क्लासिफाइड वाचतात! माझं नवीन काहीच वाचलेलं नाही, हे ते ज्या नि:स्पृह बाण्याने कबूल करतात, त्याच नि:स्पृह बाण्याने 'कले'शी असलेल्या त्यांच्या संबंधामुळे अधिकाराने- ते मला, मी 'पुढे' येण्यासाठी काय करायला हवं, याबाबात मौलिक सल्लेही देतात!

आणि, अशा लोकांचं एक वैशिष्ट्य सर्वत्र आढळतं! तुम्हाला बोलू न देता - तुम्ही केविलवाणीपणानं काही सांगायचा प्रयत्न केलाच, तो ठार दुर्लक्षित करून त्यांची सारी मतं, आणि सल्ले ते आधी स्पष्टपणे सांगून टाकतात! आणि तुमची अवस्था पूर्णपणे बंटा लावल्यासारखी बधीर झाली, की आज्ञा करतात- 'हं, बोल!'

तुम्ही मात्र, जे जे करायला सांगताहात, ते सर्व 'नवोदित' म्हणून मी केलं आहे! आज मला यातलं काही करायची गरज नाही! तुमच्या भावाचा मेहुणा, ही ओळख विसरून,'लेखक' सुहास शिरवळकर कुठे आहेत, याचा आज तपास केलात, तर ते तुमच्याही लक्षात येईल!

तरी माझी खात्री आहे- पुढच्या वेळी ते भेटले, की सुरूवात 'सत्यकथे' पासून होणार!

म्हणून बुफे पार्टीत भेटलेल्या त्या 'बुजुर्ग' लेखकाचंच मला पटलेलं आहे.

आपण काय करतो- आपण कसे 'ग्रेट' आहोत, हे आपणच निर्लज्जपणे लोकांना ठणकावून सांगायला शिकलं पाहिजे! कारण, आपल्या कार्याची दखल घेऊन, त्याचं मूल्यमापन करायला, नि आपलं स्थान ठरवायला लोकांपाशी वेळच नसतो! त्यामुळे, दहा वेळा तुम्ही जे बजावून सांगाल, ते तो मान्य करून टाकतो. मान्य केलं की त्याचा हिरीरीने प्रचार करून, आपलं ज्ञान पाळण्याची त्याला आयती संधीच मिळत असते. त्याने असं दहा जणांपाशी दहा वेळा बोलून दाखवलं, की या दहातले पाच तरी स्वत:चा अभ्यास दाखवण्याकरता, तुमच्याबद्दल आग्रहाने बोलू लागतात. आणि.....

मोठं होत जाण्याची हीच प्रक्रिया असते!

मी तर आता 'मोठं' व्हायचं ठरवलंय बुवा! त्यासाठी, मलाच माझ्या लेखनाबद्दल बोलावं लागलं तरी चालेलं. अपॉइन्टमेन्टशिवाय मी कोणाला भेटणार नाही. घरात माशा मारीत बसलो असेन, तरी आलेल्या माणासाला 'मोजून बारा मिनिटं'!- असा वेळ देऊन! समारंभाला वेळेत पोहोचत असेन, तर अलीकडच्या कोपऱ्यावर दहा मिनिटं टाइमपास करून, हॉलमध्ये थोडा उशिरा पोहोचेन.

हे जमलं नाही, तर या जन्मी कसला मोठा लेखक होतो मी!

फार तर, मी गेल्यावर, कोणीही मृत्युलेखात, मला ग्रेट ठरवण्याकरता, दुसऱ्या कोणा जिवंत लेखकाला हीन ठरवेल!

त्याचा मला मेल्यावर काय उपयोग?

हे, शुभस्य शीघ्रम! वाचा, ही माझी शायरी वाचा!

कैसे- कैसे लोग
ना जाने, यहाँ मिलते हैं
खुद रौशन हुए बिना
झाड फानूस दमकते हैं
हर शख्स यहाँ दानिश ही सही
एक हम ही बस, ताँकते रहते है!

ही शायरी काही फार ग्रेट वगैरे नाही! इव्हन, ती शायरीत जमा होते का नाही, तेही मला.....

आहे...असं होतं!

आपल्याला मोठं व्हायचं ना? मग, कशाला कमीपणा नि अज्ञान मान्य करायचं?

असो. हे आपलं तुमच्या-माझ्यात!

पण नोंद असू द्या की, हा हेही करतो. कारण, मी अजून व्हिजिटिंग कार्डच छापलेलं नाहीये, पण आता व्हिजिटिंग 'पॅड'च छापावं म्हणतो!

अरे- रहस्यकथाकार....लघुरहस्य कथाकार..... दीर्घकथाकार.... लघुकादंबरीकार..... कादंबरीकार....

(कौटुंबिक/सामाजिक/विनोदी)....ऐतिहासिक कादंबरीकार.... चित्रपट कथा लेखक.....पटकथाकार....संवाद.....

लेखक.....मालिका.....कथाकार....मालिका....आहे! हे सगळं 'कार्डात' मावलं तर पाहिजे! हो, 'कवी' राहिलंच, नाही का?

त्यापेक्षा 'पॅड' ची कल्पना चांगली. जरा खर्च येईल, पण....

कोणी भेटलं की पॅडमधलं शीट टरकन फाडायचं. माणूस काही बोलायच्या आत, कागदाची मत-पत्रिकेसारखी घडी घालायला लागत, सुरुवात करायची.

'मी सुहास शिरवळकर. सुप्रसिद्ध रहस्यकथाकार....' वगैरे-वगैरे

माणूस मलूल झाला की, 'व्हिजिटिंग पॅड'ची सुरनळी हातात देऊन टाकायची!, कसा 'मोठा' होत नाही, पाहतोच आता, मी पण!

❏ ❏ ❏

६. थ्री डायमेन्शनल

आमच्या कंपनीला रसिक म्हणावं, का मठ्ठ!

'भारतातल्या कोणत्याही भागात-अगदी इन्टेरिअरमध्ये देखील तुला जावं लागेल! त्या वेळी नकार दिलास... पळवाटा काढल्यास....राजीनामा दिलास, तर माझे डिपॉझिटचे दहा हजार बुडाले म्हणून समज!' असं मला अपॉइंटमेन्ट हाती देतानाच कंपनीच्या सी.पी.ओ.नं बजावलं होतं. सेल्स प्रमोशनला जॉइन होताना सी.ओ.नं ही गप्पा मारता-मारता हिन्ट दिली होती, आपले सेल्समन सेल देण्यापेक्षा डिपॉझिटचे पैसे कंपनीला देण्यात जास्त एक्सपर्ट निघतात!' त्यावर आमचा सेल्स मॅनेजर हसून म्हणाला होता- 'सेलच्या नेट प्रॉफिटपेक्षा कंपनी या डिपॉझिटसवरच फायद्यात चालते!'

मी अर्थातच त्या वेळी हसून दुर्लक्ष केलं होतं.

एक तर, मला नोकरीची गरज होती. दुसरं म्हणजे, डिपॉझिटचे दहा हजार मी मित्राच्या भावाकडून उसने आणले होते; ते परत करण्यासाठी तरी मला नोकरी करीत राहणं भागच होतं. आणि सर्वांत महत्त्वाचं हे की, मला स्वत:ला सेल्समनशिप आणि प्रवास या दोन्ही गोष्टींची आवड होती. तर कंपनीच्या खर्चानं हिंडताना मी कशाला कंटाळेन?'

दक्षिणेवर स्वारी करीत मुसलमान थेट महाराष्ट्रात घुसले

असतील, तसा एक-एक जिल्हा-तालुका-मुक्काम पोस्ट यशस्वी रीतीने काबीज करीत मी महाराष्ट्रभर धुमाकूळ घालत होता, तोपर्यंत हे गणित ठीक होतं. छान होतं. माझा उत्साह वादातित होता आणि कंपनीही माझ्यावर बेहद्द खुश होती.

पण, मी कोल्हापूरमध्ये असताना, सेल्स प्रमोशनकडून ऑर्डर आली- 'मिस्टर आर्चिस, तुम्ही आता 'सिंधुदुर्ग' घ्या! 'कुडाळ' हेडक्वार्टर करून तुम्हाला आसपासची गावं कव्हर करता येतील. बेस्ट लक!' आणि त्या सोबत 'सिंधुदुर्ग' चा मॅप वगैरे.

कोल्हापुर सोडून मी कुडाळला आलो, आणि तिथूनच सुरुवात झाली!

कुडाळ आणि वेंगुर्ले- दोनपैकी कुठेतरी हेडक्वॉर्टर करणं आवश्यक होतं. पण स्वस्तात राहण्याच्या दृष्टीनं 'सातेरं' मला ठीक वाटत होतं. ते थोडं बाजूला होतं, पण वेंगुर्ल्याला यायला काही प्रॉब्लेम नव्हता.

कोकणात शिरत असतानाच, कोकणच्या निसर्ग-सौदर्यानं मला मोहिनी घालायला सुरुवात केली होती. 'सिंधुदुर्ग' चा भाग तर पाहताक्षणीच प्रेमात पडावं, असा होता. हा भाग माझ्यावर सोपवून, कंपनीनं आपली रसिकता सिद्ध केली होती. तीन बाजूंनी समुद्राचा वेढा अन् चौथ्या बाजूला ताड-माड पोफळीची झाडं! आह! 'सातेरे इज ब्यूटिफुल!'

चार-पाच दिवस मी उत्साहाने नुसता सळाळत होतो. पण निसर्गाचा नशा उतरू लागला, तशी एक गोष्ट माझ्या लक्षात आली-

इथले बहुतेक लोक हे साधेसुधे अन् कष्ट करून जेमतेम पोट भरणारे आहेत. अंगावर कपडे असणं - एवढ्याच त्यांच्या वस्त्राबाबतच्या गरजा आहेत.

ह्यांना मी चार अन् पाच हजार रुपये किमतीचे गालिचे कसा काय विकत घ्यायला लावू शकणार होतो?

जेमतेम आठवड्याभरातच मी मालवण, वेंगुर्ले, कुडाळ....यांसह बाकीची छोटी गावंही उरकली. रिपोर्ट तयार करून कंपनीकडे पाठवून दिला. तो देताना, मी इथल्या दारिद्र्याचं जरा जास्तच भडक वर्णन केलं होतं. आणि नेक्स्ट डेस्टिनेशन 'गोवा' घेऊ का 'रत्नागिरी'- ते कळवायला सांगितलं होतं.

रिपोर्ट कंपनीच्या हातात पडून, कंपनीनं निर्णय घेऊन, मला काहीतरी कळवेपर्यंत आता मला काहीही काम नव्हतं!

राजापूर ते सावंतवाडी हा पट्टा फारच निसर्गरम्य आणि निवांत आहे. तुम्हाला खास काही काम नसेल तर हिंडायला मजा येते. मी अगदी बारकाईने सगळा भाग पाहू शकलो नाही. मुख्य कारण एकच पैसे कमी पडणं. नाही तर आंबोलीचा सूर्यास्त पाहायला जावं, असं डोक्यात होतं.

पैशाची गणितं आली, तसं माझं फिरणं कमी झालं. सातेऱ्यातच मी एन्जॉय करू लागलो. ताडी-माडी आणि मासे! स्वस्तात मस्त! क्वचित केव्हा तरी फेणी; पण रम अन् व्हिस्की परवडण्यासारखी नव्हती.

आपल्याजवळ पैसे कमी आहेत ही तुसतुस- हेही खरं कारण असेल; पण मला दोन-तीन दिवसांत कंटाळा आला! आल्या-आल्या मोहवणारा निसर्ग आता तोच तो वाटायला लागला.

त्यात सारखंसारखं काय कौतुकाने पाहण्यासारखं? झाडी आणि समुद्र! लाला मातीचे रस्ते. कुठे-कुठे मधूनच डांबरीकरण. शाकारलेल्या झोपड्या. त्यातच मधे एखादं दुमजली घर आणि हो, एखादं जुनाट टॉकीज, नि आता व्हिडिओ गृह!

कोकणातल्या कोणत्याही गावात हे दृश्य कॉमन असतं. आधुनिक जीवन पध्दतीला चटावलेला शहरी माणूस चार-पाच दिवसांत कंटाळून जातो.

त्यातून, सातेरं हे असं छोट गाव की, साडेसात- आठला शांत!

एका बारमध्ये फेणी पिताना, राजा उमराणी नावाच्या तरुणाशी ओळख झाली. ती झाली नसती तर मी दुसऱ्याच दिवशी सातेरं सोडण्याच्या निर्णयापर्यंत आलो होतो.

हा उमराणी कोल्हापूरचा होता आणि सरकारी कामानिमित्तानं इथे येऊन पडाला होता. त्यानं गावात दोन खोल्या भाड्याने घेतल्या होत्या. तिथे तो एकटाच राहत होता.

अर्थातच, बारमधून बाहेर पडण्यापासून मी त्याचा पाहुणा झालो!

ही एक गंमतच असते! आमची ओळख व्हायचं कारण काय? तर, मी फेणी सोड्यातून पिण्याच्या प्रयत्नात असताना, त्याने मला ती शहाळ्यातून प्यायला शिकवलं चव आवडली. गप्पा रंगल्या. दोस्ती झाली. मी त्याच्या घरी रहायला आलो. आणि मी गालिचे विकतो म्हटल्यावर, राजाला एकदम स्ट्राइक झालं म्हणाला,

'आर्चिस, आपण लवलेकरांकडे जाऊ! रिटायर्ड कर्नल आहेत. एकटेच आहेत. त्यांना असल्या वस्तूंचा संग्रह करायची आवड आहे, आणि त्यांना ते परवडतं. आणि अगदीच नाही, तर उद्याची आपली संध्याकाळ तरी मस्त जाईल. कंपनीत गप्पा मारायला माणूस एकदम मस्त आहे.'

'लवलेकर?' हाताचा पंजा सैल सोडून, ती लवलव हालवत मी विचारलं,'आणि या नावाचा माणूस मस्त पण आहे, म्हणतोस?'

माझ्या त्या ॲक्शनला राजा खदखदून हसला. म्हणाला,

'आडनावावर जाऊ नकोस! तो मस्तही आहे, आणि राजा माणूसही! आज साठीला आलाय; पण ताडासारखा ताठ आहे. कोळ्यांबरोबरीनं मासे पकडतो. आंबा घाटात शिकारीला जातो.'

'बरं-बरं' मी माघार घेत म्हणालो, 'लवलेकर असं लवलवीत आडनाव असलेला माणूस इतकं काही करीत असेल, हे मला अजूनही पटत नाहीये, पण....ओके. जाऊ आपण. काहीतरी वेगळं घडावं- थ्रिलिंग- असं मला फार वाटतंय. तुझा हा माणूस तू म्हणतोस तसा ताठ निघाला ना, तरी मला थ्रिलिंगच वाटेल!'

खरं सांगायचं तर, मलाही आता कर्नल लवलेकरांना भेटायची उत्सुकता वाटू लागली होती.

आणि ते साहजिकच होतं. माझी कर्नलांची भेट व्हावी....त्यांनी मला तो जीवघेणा अनुभव द्यावा.....

म्हणून तर नियतीनं माझी राजाशी भेट घडवून आणली होती!

'आर्चिस सिद्ध? वा!' गडगडाटी हसत कर्नल म्हणाले,'तुमचं नाव तर

मोठं छान आहे! पण 'आर्चिस' काय? फ्रेंच वगैरे शब्द आहे का?'

'नाही. संस्कृत आहे. आर्चिस म्हणजेस सूर्य!' मी त्यांच्या हातातून हात सोडवून घेत म्हणालो.

आर्चिस नाव सांगितलं की सगळेच मला त्याचा अर्थ विचारतात. मला त्यात काही नवीन नाही. आणि कर्नलांना या नावाने खूप कुतूहल निर्माण केलंय, हे राजानं मला ऑफिसातून घरी आल्या-आल्याच सांगितलं होतं. कर्नल कुठे निघून जाऊ नयेत- त्यांनी पूर्ण 'तयारी'त रहावं, म्हणून राजानं त्यांना सकाळीच आम्ही येत असल्याची पूर्वसूचना दिली होती.

कर्नलचं 'ते' आडनाव सोडलं, तर माणूस खरंच 'कर्नल' वाटत होता! म्हणजे, खूप धिप्पाड,अन गालावर मिशा- असलं काही नाही. एक ग्रेस म्हणून. पाहताक्षणी कोणालाही आवडेल असं व्यक्तिमत्त्व होतं. चेहऱ्यावर स्वागताचं प्रसन्न हास्य होतं. डोळ्यांमध्ये मोकळेपणा होता.

दोस्ती करायला मला इतकं पुरेसं होतं.

आणि, मी तसा कोण मोठा हे लागून गेलो होतो? गालिच्यांचा सॅम्पल-कॅटलॉग घेऊन गावोगाव हिंडून, जपून वापरणारा, पुढच्या डेस्टिनेशनची वाट पाहणारा!

मित्र म्हणून कर्नलांनी एका संध्याकाळपुरता माझा सहवास मान्य केला, हा त्यांचाच मोठेपणा, खरं तर!

पण मी त्यांना आवडलेला दिसत होतो.

पंधरा-वीस मिनिटं त्यांनी मला माझ व्यक्तिगत माहिती विचारली. मग बोलण्याच्या ओघात, राजाची आणि त्यांची कशी दोस्ती झाली, तो किस्सा झाला. त्यामुळे, राजाबद्दलच्या माझ्या माहितीत चांगली भर पडली. चुकून आपली एका दिलदार तरुणाशी ओळख झाली, आणि आता ही दोस्ती पर्मनन्ट राहणार, याबद्दल माझी खात्रीच पटली.

बोलता-बोलता मीही कर्नलांना त्यांचं कुटुंब...त्यांची सर्व्हिस ....अशी जुजबी माहिती विचारली.

एका गोष्टीचं मला रहस्य वाटलं की, असा उमदा माणूस, आणि

‘पटत नाही’ म्हणून ह्याची बायको-पोरं रत्नागिरीत, आणि हा एकटा इथे सातेऱ्यात! असं का?

अर्थात ते मी नंतर राजाला विचारणार होतो. नको तो प्रश्न विचारून, ही जमू पाहात असलेली मैफल मला ‘दर्दभरी दास्तान’ ला वगैरे अर्पण करण्याची इच्छा नव्हती.

अर्धा-पाऊण तास असा गप्पा मारण्यात केव्हाच पसार झाला, तरी कर्नल ‘चहा’ पण विचारण्याचं लक्षण दिसेना. म्हटलं, राजानं ह्यांना नीट कल्पना दिली नाहीये की काय!

आणि इकडे कर्नल ‘कार्पेट इन्डस्ट्री’ ची माहिती उत्सुकतेने विचारतायत. हे गालिचे कारागीर हातानं डिझाइन करतात, का त्यासाठी मशिनरी उपलब्ध असते? एक गालिचा विणायला किती कारागीरांना, किती महिने लागतात? तुम्ही सॅम्पल्स दाखवता, त्याप्रमाणे अचूक डिझाइन्स असतात का? आणि गालिचा पाठवणार कसा?....वगैरे.

मी त्यांच्या प्रश्नांची उत्तरे देत होतो, पण त्यात उत्साह नव्हता. कारण राजा कितीही म्हणाला तरी, हा माणूस एक गालिचा घेईल, असं मला वाटत नव्हतं. आणि खरं सांगायचं तर, मी त्यासाठी आलोच नव्हतो! रिटायर्ड असला तरी ‘कर्नल’ आहे; त्याच्यापाशी मिलिटरी कोट्यातला स्टॉक असणार- असं साधं गणित होतं!

सूर्य अगदी अस्ताला जाण्याच्या बेतात असताना, कर्नल म्हाणाले,

‘या, आपण मागच्या पडवीत जाऊ! तिथून सूर्यास्ताची मजा बघणं, हा एक छान अनुभव असतो!’

सूर्यास्ताची मजा! - माय फूट!

जाताना तेवढ्यात कर्नलनं मला आपलं घर दाखवून घेण्याचं सत्कार्य उरकलं.

मला एक कळत नाही- लोक आपलं सामान्य घर उत्साहाने का दुसऱ्याला दाखवतात? कुठेही गेलं तरी हा बोअर प्रकार वाट्याला येतोच! शहरी फ्लॅट असेल तर, हॉल बेडरूम-कीचन....फार तर एक-दोन ठोकळा खोल्या जास्त! गावातलं घर असेल तर, जागेनुसार ओसरी, पडवी, अंगण,

देवघर, माजघर....वगैरे.

दाखवायचं काय त्यात? पुन्हा नुसतं नाही. रनिंग कॉमेन्ट्रीसुद्धा! 'ही शोकेस मुद्दाम करवून घेतली! केवढ्याला पडली असेल?'(मला काय देण-घेणं! तुला ती अख्खी तशीच 'पडली' असेल!) 'हा माझा बेड, हा मिसेसचा!' (अरे वा! यातही 'जेन्टस' आणि 'लेडीज' असतं का?') आणि सर्वांत हाइट म्हणजे, लोक बाथरूम आणि संडासही दाखवतात होऽ! जणू, ही सिस्टीम फक्त त्यांच्याकडेच; बाकीचे अजून 'कागदाच्या युगातच' वावरतात!

घर पाहून पडवीत आलो आणि आपण कोणत्या दृश्याला मुकलो, याचा अंदाज आला. मनापासून कळवळलो.

अरे, मागे छोटंसं अंगण. त्यात फुलझाडं. अंगण संपलं की किनाऱ्याचा खडकाळ मुरूम सुरू! पंधरा-वीस फूट खाली उतरून तो वाळू अन् रेतीत अदृश्य झालेला आणि हार्डली पाच-सातशे फुटांवर समुद्र!

सूर्यास्त काय दिसला असता!

'अरे! सूर्यास्त होऊन गेला वाटतं!'

'हो ना! तरी मी सूर्याला म्हणालो होतो- थांब! घर पाहून येतो!'

कर्नल खदखदून हसले. त्यांनी माझ्या पाठीवर थाप मारीत, माझ्या वाक्याचा सूड उगवला.

(हे आणखी एक कोडं. 'मिलिटरी' म्हटलं की माणसं रागीट, भडक डोक्याची वगैरे असतात. 'रिटायर्ड' मेजर अन कर्नल मात्र गडगडाटी कसे हसतात?)

मी खरं तर वैतागलो होतो; पण त्यांच्या पुढच्या वाक्यानं मला वैताग विसरायला लावला. पडवीतल्या 'तयारी'कडे बोट दाखवत ते म्हणाले,

'इथेच बसू! माझ्याकडे खास 'कॅलिप्सो' रस आहे. तुम्हाला ती चालेल, मला वाटतं!'

'आर्चिस, तू इथे आल्यापासून मी तुझं बोलणं ऐकतोय!' माझ्याकडे रोखून पाहात कर्नल म्हणाले,'आयुष्यात काहीतरी वेगळं, सनसनाटी, निदान तो दिवस कायम स्मरणात राहील असं काहीतरी घडावं, अशी तुझी फार इच्छा

आहे!....खरं ना?'

'हो ना, साला, ही काय जिन्दगी आहे! अरे, प्रत्येक श्वासाला आयुष्य कसं थरारलं पाहिजे!'

राजानं मंदपणे हसत,'नाही तर काय'! अशा अर्थी मान डोलावली.

कर्नल विचारमग्नपणे माझ्यातून आरपार पाहात राहिले.

माझा स्वभाव फार धाडसी वगैरे आहे, असं मला वाटत नाही. पण त्या दिवशी बऱ्याच गोष्टींचा एकत्र परिणाम साधला गेला असावा. उदाहरणार्थ, सातेऱ्यात मी घालवत असलेले निष्क्रिय दिवस....कर्नलांनी सांगितलेल्या युध्दातल्या हकिकती आणि दारू!

माझे तीन पेग्ज झाले होते. चौथा चालू होता. राजानं त्याचा तिसरा-शेवटचा म्हणून जाहीर केला होता. कर्नलांचा प्रश्न नव्हता. कंपनी असेपर्यंत ते पिणार होते.

'आय लाइक युवर स्पिरिट!' कर्नल हसून म्हणाले, माझंही हेच तत्त्व आहे! हा राजासुद्धा सांगेल. काय रे, 'थ्रिल' म्हणून आजपर्यंत मी काय काय केलं!'

कर्नलांनी 'साक्षीदार' म्हणून राजाची निवड केल्याने, तो लगेच तरारला. उत्साहाने त्यांचे पराक्रम सांगू लागला. ते ऐकत असतानाच, 'ह्याची माणसं ह्याच्यापासून दूर का राहतात' या प्रश्नाचं उत्तर मला मिळालं.

कर्नल लवलेकर दिलदार होते. हसतमुख होते. खिलाडू होते आणि त्याच वेळी, ते अत्यंत चक्रम अन् विक्षिप्तही होते! गावातलं कोणी देखील त्यांच्या फारसं नादी लागत नसे!

'कसं वाटतं, पाहू तर खरं!' म्हणून या कर्नलनं एका पहिलवानाला राजी करून एक प्रयोग करून पाहिला होता. कंबरभर पाण्यात दोघांनी मांडी घालून तळाला बसायचं, एकमेकांना घट्ट दाबून ठेवायचं! एकाने असह्य होऊन दाब सोडला, तरच दुसऱ्याने हात काढून घ्यायचा! म्हणजे अगदी गुदमरून, प्राण कंठाशी येण्याचं टोक!

आणि त्या खेळावर कर्नलांची प्रतिक्रिया काय, तर-

'आहऽ! साक्षात मृत्यूचा अनुभव घेतला! असे अनुभव वारंवार घेत

राहिलं, तरच माणसाला जगण्याचं मोल कळतं!'

आता हा पहिलवान पुन्हा कर्नलाच्या हाकेच्या रेंजमध्ये तरी थांबेल का!

'आणि, गंमत काय झाली बरं का आर्चिस? पहिलवाननं मला आधी इतकं गच्च दाबून ठेवलेलं की, गुदमरून जाऊन त्यानं हात काढून घेतला तरी मला माझ्या खांद्यावर त्याच्या हाताचं सेन्सेशन! मग, मी कशाला हात काढतोय!'

वा! म्हणजे, पहिलवानराव थेट निजधामाची दारं ठोठावून आले की!

हा एक किस्सा झाला. असे त्यांचे अनेक पराक्रम आहेत.

रात्री म्हणे, त्यांच्या घरात एकदा हा हातभार लांबीचा साप निघाला! बायकोनं भीतीनं थरथरत त्यांना उठवलं. पोरं रडारड करू लागली.

ह्यानं काय करावं?

'कुठाय-कुठाय?' विचारत, सापाचं शेपूट पकडून त्याला खस्सदिशी खेचला, त्यालाच चार-पाच ठिकाणी कचाकचा चावला!- दिला फेकून बाहेर!

दुसऱ्या दिवशी सकाळी उठून पाहिलं, तर साप मरून पडलेला!

'अरे, सोपं आहे! साप चावला तर माणूस मरतो!....माणूस चावला तर साप मेलाच पाहिजे! पृथ्वीवरला सर्वांत विषारी प्राणी हा माणूस आहे, साप नाही!'

-काय बोलणार?

राजानं कर्नलांचे एक एक किस्से असे रंगवून सांगितले. ते आता आठवले तर मला वाटते- बाप रे! कोणत्या भयंकर माणसाच्या सहवासात रात्र घालवली आपण! पण त्या वेळी मात्र मला ते किस्से चॅलेंजिंग ....थ्रिलिंग वाटले!

दारू माणासाला वेडेपणाच्या पातळीवर धीट बनवते, ते असं!

कर्नलनी माझ्यासमोर थ्रिल अनुभवण्याचा एक प्रस्ताव मांडला, तेव्हा माझा पाचवा पेग संपत आला होता. कर्नल माझ्या पुढे-मागेच होते.

‘आर्चिस, तुला खरंच या मिळमिळीत जीवनाचा कंटाळा आलाय?’

‘आलाय. तुमचे एक-एक किस्से ऐकल्यावर तर असं वाटतं!’

‘धाडस करायचंय?’

‘करायचंय!’

‘आत्ताच्या आत्ता होडी काढून समुद्रात घुसायचं! तीन-चार मैल आत गेलं की वल्ही फेकून द्यायची! -आह! काळाभिन्न अंधार!....दिशा कळत नाहीत! आणि योग्य वाटेल ती दिशा हातानं देत, किनारा गाठायचा!- येतोस?’

माझ्या पोटात भक्क गोळा! हे धाडस नाही, आत्महत्या ठरेल! कारण, पोहणं या प्रकाराशी माझा काही संबंधच नाही!

मी हे सांगताच, कर्नल जोरजोरात हसायला लागले. म्हणाले,

‘खरंच, तू म्हणतोस ते! म्हणजे अशा अर्थी की, ‘थ्रिल’ म्हटल्यावर मृत्यू गृहित धरावा लागतोच; पण इथे थ्रिलच गृहीत धरावं लागेल! उगाच मरून जाण्यात अर्थ नाही! त्यापेक्षा, आपण आणखी मजेदार खेळ शोधून काढू!’

चमकत्या डोळ्यांनी कर्नल विचार करीत राहिले. मध्येच ते ‘करंगळी’ दाखवून खडकांच्या दिशेनं गेले, तेव्हा राजा मला म्हणाला.

‘आर्चिस, दुसऱ्यांचे किस्से ऐकणे ठीक आहे. आपलाच किस्सा व्हावा, हे काही खरं नाही! कर्नलाच्या डोळ्यांतली चमक मला बिलकूल आवडत नाहीये! त्यांच्या आग्रहाला तू बळी पडी नकोस! ते येडं आहे! मेलं तर त्याला फरक पडणार नाही.’

कर्नलना तरातरा परत येताना पाहून, राजा गप्प झाला.

कदाचित, आणखी थोडा वेळ मिळाला असता, तर राजा माझं मन वळवण्यात यशस्वी झालाही असता. मी काही ‘थ्रिलक्रेझी’ नाही. माझी ती गरज तात्कालिक परिस्थितीतून निर्माण झाली होती. शांतपणे विचार करता, त्यातला मूर्खपणा माझ्याही लक्षात आला असता. पण फारच लौकर कर्नल परत झाले. त्यांचा चेहेऱ्यावर मार्ग मिळाल्याचा उत्साह होता. आल्या क्षणी त्यांनी पुन्हा परिस्थिती ताब्यात घेऊन टाकली.

'सिंगलसाठी एकान्तात गेलं, की मला काही ना काही सुचतंच!' ते हसून म्हणाले, 'अगदी क्वचित, त्यासाठी 'डबल' ला जावं लागतं!'

त्यांना काहीतरी सुचलंय म्हणताच, माझ्या छातीचे दोन-तीन ठोके तर डबल पडले. झटकन पेग संपवून मी तरारत म्हणालो,

'सांगा-!'

कर्नलांनी घाई केली नाही. आपला पेग संपवून टाकला. मग, दोघांचे ग्लास पुन्हा भरले.

'आर्चिस, तुला नक्की धाडस करायचं ना?'

'ऑफ कोर्स, येस!'

'माघार घेणार नाहीस?'

'नाही!'

'नाऊ, गेट इट क्लिअरड. 'धाडस' म्हटल्यावर 'मृत्यू' ही त्याची लिमिट असू शकते. म्हणजे, मरणाला भिता कामा नये!'

'मरणाला कोण भितंय? उगाच मरायची माझी तयारी नाही, इतकंच!'

'दॅट्स ॲप्रिसिएबल! तर मग....आपण मृत्यूचाच खेळ खेळू!'

'अं-?'

'कर्नलसाहेब', इतका वेळ गप्प राहून आमच्यातली बोलणी ऐकणारा राजा अस्वस्थ होत म्हणाला,'इनफ, इट इज इजफ! आर्चिस हा सातेऱ्याचा पाहुणा आहे. त्याचं इथे कोणी नाही. त्याला इथून सुखरूप जाऊ देणं, हे आपलं कर्तव्य आहे!'

'अरे, राजा-!' कर्नल अविश्वासाने त्याच्याकडे पाहात दुखावल्या स्वरात म्हणाले, 'मी काही मारेकरी घालून त्याचा खून करीत नाहीयं! त्याच्यावर मी कसली सक्ती करतोय का? त्याला भीती वाटत असेल तर त्यानं 'नाही' म्हणावं! ही इज ॲट लिबर्टी'

'कर्नलसाहेब....'

'वेट, आर्चिस. मला आधी सगळं क्लिअर करू दे. त्यानंतर, होकार वा नकार देण्याचं स्वातंत्र्य तुला आहे. तू 'नकार' दिलास, तर मला वाईट वाटणार नाही. शेवटी काय धाडस करायचं आणि काय नाही- प्रत्येकाचा

व्यक्तिगत प्रश्न आहे. पण तू होकार दिलास, आणि मी तयारीला लागलो, की मात्र तुला नकार देता येणार नाही!- पटतंय? मान्य आहे? ओके?'

'ओके.'

'मी किती काळजीपूर्वक आणि न्यायाने दोघांना समान संधी आणि समान धोका ठेवलाय बघ! तुझ्याइतकाच मलाही मृत्यूचा धोका असेल! ऐक!'

मला हे मान्य आहे की, कोणाताही जीवित प्राणी इतर कशाला नाही, तरी मृत्यूला भितोच! माणूस तर याला मुळीच अपवाद नाही. मला तर अशीही शंका आहे की 'जिवंत समाधी' घेणारे साधू देखील शेवटच्या क्षणी घाबरले असतील की काय? शक्य आहे ना! आपल्याला कुठे त्यांची त्या वेळची मानसिकता माहीत असते! अगदी शेवटची वीट चिरेबंदी करण्यापूर्वी अशा साधूंना एक संधी द्यायला पाहिजे, खरे तर.

मृत्यूला छाती ताणून सामोरं जाण्यासाठी एकाच प्रकारचा माणूस सर्वसामान्यत: उत्सुक असतो, तो म्हणजे पिऊन लास झालेला दारूडा! कारण, त्याला त्या वेळी काही कळतच नसतं! थोडा भानावर आला की तोही घाबरतोच!

त्या दिवशी खूप दिवसांनी मनसोक्त दारू मिळाली - फुकटात मिळाली, म्हणून मीही भरपूर प्यायलो होतो. मरण वगैरे सगळा पोरखेळ वाटत होता! म्हणूनच, राजाच्या खुणांकडे लक्ष न देता, मी कर्नलांचं आव्हान स्वीकारायला तयार झालो होतो.

'आर्चिस -' कर्नल शांतपणे, गंभीरपणे म्हणाले, 'बासष्टच्या चायना वॉरमध्ये एक चिनी वैदू आमच्या ताब्यात आला होता. त्यानं मला त्या वेळी आठवण म्हणून जालिम विषाची एक कुपी दिली हाती. ती अजूनही माझ्याकडे आहे!'

'तुम्ही दोघं ते विष पिणार की काय?' राजा हादरून म्हणाला.

'दोघं नाही; कोणातरी एक!' कर्नलनं दुरूस्ती केली. 'राजा, तू स्वत: आमच्या समोर एका दारूच्या ग्लासात ते विष ओतशील! नंतर, आम्ही दोघं

पाच मिनिटं बाहेर थांबू. त्या वेळी तू ग्लास हवे तसे ठेवशील. आम्ही आत आलो की, तू बाहेर जा!'

'का-?'

'कारण, मित्रा - तू आर्चिसला किंवा मला कोणत्याही प्रकारे सावध करावंस, अशी आमची इच्छा नाही. बरोबर आहे ना, आर्चिस?'

मी जोरात होकारार्थी मान डोलावली. पण नाही म्हटलं तरी, थोडी निराशा झालीच. कारण प्लॅनिंग सांगत असताना, माझ्यातला 'माणूस' एक्झॅक्टली सर्व्हायव्हलचा विचार करीत होता.

सोप आहे. ग्लासला हात लावलाना मी फक्त राजाच्या चेहेऱ्यावरचे भाव निरखणार होतो. ग्लास विषारी आहे का साधा, मला लगेच कळणार होतं!

याचा अर्थ, मी मरणाला घाबरत होतो- असं नाही! तेव्हा तर नक्कीच मी मृत्यूपेक्षा धीट होतो. पण दोघांपैकी 'एका' नं मरायचं! अशी परिस्थिती निर्माण झाली की, कोणताही माणूस 'तो' एक आपण नसू, याची खबरदारी घेणारच!

'आणि आर्चिस, मूळीच घाबरू नकोस! विष म्हटल्यानंतर ते कडू जर्द असतं, अशी आपली भ्रामक कल्पना असते. तसं काही नसतं. हे विष चवीला इतकं माइल्ड आहे की, दारूत ते फारसं कळणार देखील नाही!'

'एकदम शरीराची आग- आगच, का?'

'नाही. शांतपणे झोपशील. सकाळी उठणार नाहीस! दॅटस ऑल!'

'ठीक आहे,' मी इर्ष्येला पडत विचारलं,'पण आपण हे उगाचंच का करायचं?' यात कुठेतरी बेट असल्याशिवाय?'

'हॉऽ! आता तू मुद्द्यावर आलास!' कर्नल हसून म्हणाले, 'म्हणजे, हे तुलाही मान्य आहे, की नुसतं थ्रिल म्हणून कोणी मरायला तयार होत नाही! देअर शुड बी बेटिंग! ओके. ही कल्पना कशी वाटते-'

'कोणती-?'

'जो यात मरेल, त्याला आपल्या वस्तूंचा-पैशाचा.....इस्टेटीचा-कशाचाच उपयोग नाही! राइट?'

'राइट.'

'मी माझा मृत्युपूर्व जबाब लिहून ठेवतो. त्यातच माझ्या पश्चात सातेऱ्याचं माझं हे घर तुझ्या नावे करून देतो! तू मग इथेच रहा नाही तर ते विक, आय डोन्ट माइन्ड. म्हणजे मी नसेनच माइन्ड करायला!'

'पण माझ्यापाशी कुठे काय आहे?'

'आहे की! तू तुझ्या कबुलीजबाबात लिहून ठेव- हे अमुक-अमुक तीन गालिचे मी कर्नल लवलेकरांना विकले आहेत. त्याचे पैसे मला रोख मिळाले आहेत. मला हवे ते गालिचे मी तुझ्या सॅम्पलमधून निवडून घेतो. म्हणजे कंपनीच्या प्रतिनिधीनं केलेला व्यवहार म्हणून हे तीन गालिचे कंपनीला मला द्यावेच लागतील! किंवा, पैसे तरी परत करावे लागतील!'

आई शप्पथ! रिटायरमेंटनंतर हा माणूस ठरवून फसवणुकीकडे वळला असता, तर आजपर्यंत निम्मं सातेरे ह्याच्याच मालकीचं झालं असतं!

आहे, डोकं आहे! आपलंही काही नुकसान नाही- प्राण जाण्यापलीकडे! नंतर ते गालिचे ह्याला मिळो, न मिळो! आपण जिवंत राहिलो, तर हे मात्र नक्की आपलं होणार!

'डन?'

'डन! कर्नलसाहेब, मला मान्य आहे!'

कर्नलनी घरातून कोर पॅड आणलं. त्यातले काही कागद मला दिले.

राजाच्या साक्षीनं आम्ही दोघंही मृत्यूपत्र लिहायला बसलो!

'तुम्ही मला फार विचित्र परिस्थितीत टाकलंय!' राजा वैतागून म्हणाला, 'मी दोघांपैकी एकाला शुभेच्छा देऊ शकत नाही. कारण, त्यातच दुसऱ्याला 'तू मर' असा शाप देणं येतं! आणि दोघांना मी शुभेच्छा देऊ शकत नाही. कारण एक मरणार, हे निश्चित आहे!'

राजाचं म्हणणं खरं होतं. त्याचं वैतागणं साहजिकच होतं.

बिचारा!

कर्नल त्याच्या परिचयाचे. गेल्या काही तासांत त्यांची माझ्याशी चांगली दोस्ती झालेली आणि त्याच्यामुळे आमचा परिचय झाला, तर त्याच्याच साक्षीनं- त्याचीच मदत घेऊन, आम्ही दोघांपैकी एकाचं मरण नक्की

केलेलं!

-कोणाच्या जगण्याचा आनंद त्याला निर्भेळपणे होऊ शकणार?

पण आता, कशालाच इलाज नव्हता. सगळी तयारी पूर्ण होऊन, राजाला आम्ही निरोप देत होतो!

आमचे मृत्युपूर्व कबुलीजबाब - इच्छापत्र सारं काही विचारपूर्वक (?) तयार करून, आम्ही ते राजाच्या स्वाधीन केलं होतं. आमच्याच देखत, कर्नलांनी दिलेल्या त्या विष कुपीतले काही थेंब त्यानं एका दारूच्या ग्लासात टाकले होते. नंतर, मोजून पाच मिनिटं मी आणि कर्नल बाहेर थांबलो असताना, राजानं सगळी ॲरेंजमेन्ट बदलून घेतली होती. उदाहरणार्थ, बैठकीची जागा. पडवीऐवजी आता सगळा सरंजाम आतल्या बेडरूममध्ये नेला होता. त्यामुळे सगळ्याच वस्तूंच्या ओरिजनल जागा बदलून एक करकरीत नवेपणाच आला होता. ग्लास देखील अपरिचित वाटत होते.

आमचा निरोप घेऊन राजा समुद्रावर फिरायला निघून गेला.

तो जाईपर्यंत मी त्याच्या चेहऱ्याकडे पहात होतो की, तो कोणत्यातरी प्रकारे सूचना देतोय का!

त्याचीही तीच इच्छा असावी. त्याच्या चेहेऱ्यावर मला अगतिकता दिसत होती. कर्नलचं सारखं लक्ष नसतं, तर त्यानं मला नक्की काहीतरी हिन्ट दिली असती!

'हं-'कर्नल ऐसपैस बसत म्हणाले, 'पाहुणे....पहिली संधी तुम्हाला! निवडा आपला प्याला! तुम्ही जीवन निवडलंत, की आमच्यावर मृत्यूचं शिक्कामोर्तब होणार. तुम्ही आम्हाला जीवदान दिलंत, तर....विश य बेस्ट ऑल लक!'

ऐन शेवटच्या चार्लीच्या वेळी बुद्धिबळगृहात ठार शांतता पसरावी; वातावरणात जबरदस्त ताण निर्माण व्हावा, तसं कर्नलांचं बेडरूम क्षणार्धात भारलं गेलं. सागरी लाटांची गाज....रस्त्यावरच्या कुत्र्यांची भुंकणी-विव्हळणी....सारं काही कमीकमी होत, म्यूट झालं. हळूहळू बेडरूमच्या भिंती जाणीवांतून पुसट होत गेल्या. पाठोपाठ बेड नि ड्रेसिंग टेबल वगैरे सामान अदृश्यात जमा झालं. फक्त दोन ग्लास- दारूनं भरलेलं!

एकात विष आहे; एकात नाही!

निवड मला करायचीय. मी काय निवडतो, यावर कर्नलाचं जगणं वा मरणं अवलंबून! आणि त्यांच्या जगण्या-मरण्याची विरुद्ध दिशा माझी!

अक्षरश: मंत्रमुग्ध झाल्यासारखा मी त्या कॉन्सन्ट्रेटेड जीवन- मृत्यूकडे पहात राहिलो. अगदी स्तब्ध! जणू डोळ्यांच्या पापण्यांसह सर्व शरीराला कोणा प्रचंड शक्तीनं स्टॅच्यू बनवलं होतं, आणि 'सूट' म्हणायचं विसरून, ती निघून गेली होती!

हातावर काहीतरी पडलं अन् मी दचकून भानावर आलो.

घामाचे थेंब! सगळं शरीरच घामाने थबथबलेलं होतं.

कर्नलकडे पाहिलं.

ते माझ्याकडे एकटक पाहत, गालातल्या गालात थट्टेखोरपणे हसत होते.

च्यायाची त्या लवल्याच्या! समजतो काय हा मला? बघच आता!

मी काळजीपूर्वक दोन्ही ग्लासांचं निरीक्षण केलं. दोन्ही ग्लास अगदी सारखे. सारखेच भरलेलं. पेयांचा रंग अगदी सेम.

एका ग्लासाच्या दिशेनं हात पुढे करीत, मी कर्नलचा चेहरा अगदी डोळ्यांत प्राण आणून निरखू लागलो.

त्या क्षणी माझ्या संवेदना इतक्या पराकोटीच्या तरल झाल्या होत्या, की त्यांच्या चेहेऱ्यावरला सूक्ष्मतिसूक्ष्म बदल देखील माझ्या मेंदूनं, मनानं टिपला असता. पण कर्नलच्या चेहेऱ्यावर तेच थट्टेखोर हास्य अजूनही गोठलेलं होतं.

मी हळूच हाताची दिशा बदलली. हात दुसऱ्या ग्लासकडे जाऊ लागला.

कर्नलचा चेहरा तसाच! ते ग्लासच्या दिशेनं पाहातही नव्हते!

माझ्या मनावर प्रचंड दडपण येऊ लागलं.

दारूचा अंमल भराभर ओसरू लागताच, आहोटीत इथे-तिथे खडकांनी डोकी वर काढायला लागावं, तशा निरनिराळ्या शंक-कुशंका मनात डोकी वर काढू लागल्या.

-आपण हे काय करतो आहोत?

- आयुष्य इतकं टुकार असतं का? जे कोणा एका भंपक कर्नलच्या पैजेखातर असं ओवाळून टाकावं!

- या म्हाताऱ्याचं ठीक आहे एक वेळ! ह्याच्या नव्वद टक्के गोवऱ्या स्मशानात गेल्या आहेत. लाइफ उपभोगून झालंय!

- आपलं अजून सगळंच व्हायचंय! आता तर कुठे सुरूवात आहे.

जसं आपल्याला हे कळतं, तसं या म्हाताऱ्यालाही कळत नसेल का?- असणारच. तरी तो इतका ठाम आहे. याचाच अर्थ, दोनपैकी एका ग्लासात विष असेलच तर......ऐन वेळी आपण विचारपूर्वक माघार घेऊ, अशी त्याची अपेक्षा असणार! मे बी, या क्षणी आपण त्या निर्णयाच्या आसपास आहोत! किंवा आपण चुकीचा ग्लास उचलला, की तोच आपल्याला थांबवून या जीवघेण्या खेळाचा शेवट करेल!

त्याहीपेक्षा, शक्यता ही की, कोणत्याच ग्लासात विष नसेल! आपण इथल्या निष्क्रियपणाला कंटाळून सारखे 'थ्रिल-थ्रिल' करतोय, म्हणून राजा आणि कर्नलनं प्लॅन करून हा बनाव घडवून आणलेला असणार! राजानं कर्नलने सांगितलेले ते अफाट किस्से या थापा असणार.

किंवा, मग....टोकाची शक्यता-

कर्नल लवलेकर हा माणूस पराकोटीचा सायकिक आहे, आणि त्याच्या दहशतीमुळे राजाचं काहीही चाललेलं नाही!

यातलं खरं काय?

आधीच्या आश्वासक विचारांनी स्थिरावू पाहणारं माझं मन शेवटच्या शक्यतेनं पुन्हा सैरभैर झालं. जो-जो विचार करावा, तो-तो शेवटची शक्यताच अधिक खरी भासू लागली.

पहा ना! थेरडा ज्या पद्धतीने आपल्याकडे नजर स्थिरावून बसलाय....कोणा सामान्य विचारांच्या माणसाला शक्य आहे का ते?

अरे, हास - रड ओरड - भीती दाखव- डोळे चकणे कर....पण काहीतरी कर! कोणा एका ग्लासतल्या विषापेक्षा तुझं हे थिजणं मला जास्त विषारी वाटतंय.

'येस-?' माझ्या मनातली वादळं ओळखून जणू, कर्नलनी मंदपणे हसत विचारलं, 'निर्णय होत नाहीये का?'

मी त्यांच्या अनपेक्षित आवाजाने दचकलो. माझ्या भित्र्या प्रतिक्रियेला कर्नल कुत्सितपणे हसले, तसा खवळलो.

'एका म्हाताऱ्या आयुष्याच्या बदली एक तरणं आयुष्य आहे, कर्नल! विचार करायलाच पाहिजे ना?'

❏ ❏ ❏

७. लागण

त्याची ओळख केव्हा, कशी नि कुठे झाली, हे मलाच काय, त्याच्या ओळखीतल्या कोणालाही सांगता येत नाही. जिथे-तिथे तो असतो नि सगळे त्याला ओळखत असतात. अपरात्री केव्हातरी तीथ बदलावी, इतक्या सहजपणे तो लोकांमध्ये मिसळून जातो, तेव्हा दृश्य स्वरूपात त्याचं अस्तित्व जाणवत राहातं; नसतो तेव्हा परिणामांच्या स्वरूपात ते सहन करावं लागतं!

हुच्च काणे! किंवा, टेण्या काणे!

त्याचं खरं नाव लोकांना केव्हाच विसरायला झालं आहे.

हुच्च आणि टेण्या!

पैकी, त्याच्या बाललीलांमुळे, सोलापुरच्या त्याच्या आजोबांनी त्याला 'हुच्च' हे नाव बहाल केलं आहे, असं तो स्वत:च सांगतो. या शब्दाचा अर्थ मला माहित नव्हता, तोही त्यानंच सांगितला. तिकडच्या भागात वेडा, वल्ली...अशा अर्थी तो शब्द वापरतात म्हणे! आणि हुच्च काणेची एकूण व्यावसायिक कारकीर्द पाहिली की, त्या शब्दाचा अर्थ अगदी योग्य वाटतो!

'टेण्या' या नावाची हकिकत आहे.

हुच्चच्या आधीची तीन मुलं जन्मत:च मेलेलीच जन्माला आली! असं मूल जगावं म्हणून आया नवस बोलतात. मुलाचं नाव

दगड्या-धोंड्या असं काहीतरी ठेवतात. ह्याच्या आईनं नवसानं ह्या 'टेण्या' ला जगवलं.

अर्थात, तिनं नेमकं हेच मूल जगवावं, इथेच प्रकाशन-व्यवसायासकट अनेक व्यवसायाच्या ऱ्हासाची मुहूर्तमेढ आहे, याची तेव्हा त्या बिचाऱ्या माउलीलाही कल्पना नसणार!

मघाशी मी म्हटल्याप्रमाणे, हुच्चाची अन माझी ओळख कशी झाली ते मला आजही आठवत नाही. पण, माझा अन् त्याचा व्यावसायिक-आर्थिक-संबंध आला तो एक धडपड्या प्रकाशक आणि नवोदित लेखक म्हणून!

गरज अर्थातच, त्यालाही होती. त्याच्या वागण्या-बोलण्यातून त्यानं कधीच जाणवू दिली नाही, इतकंच! आणि मला होतीच होती. कुठूनही-कसंही, आपलं 'साहित्य' प्रसिद्ध व्हावं, अशी तेव्हा प्रबळ इच्छा नि गरज होती.

तर, हुच्चा माझा पहिला प्रकाशक!

तो जेव्हा रहस्यकथेत धुमाकूळ घालायचा, तेव्हाही त्यानं मला गच्च पकडून ठेवलेलं होतंच!

त्यानं पहिल्याच फटक्यात माझ्या एकदम चार रहस्यकथा प्रसिद्ध करून मला गहिवरून टाकलं. जन्माचं वगैरे ऋणी करून ठेवलं आणि नंतर मला हिसका दाखवला!

तेव्हा मी धडा घेतला असता तर माझा बराच मन:स्ताप वाचला असता, हे खरं आहे. पण मग, आज मी हुच्चाचे किस्सेही सांगू शकलो नसतो!

म्हणून मला त्या मन:स्तापाचा कधी पश्चाताप होत नाही.

ही टॉट मी अ लॉट!

काय झालं.

नवतीच्या उत्साहात मी हुच्चाच्या कार्यालयात गेलो. मनात कल्पना अशी, की आपल्या पुस्तकांवर वाचकांनी दणादणा उड्या मारल्या असणार....हातात पैसे नाचवत लोकांनी हुच्च्याला गराडा घातला असणार....'मला द्या, मला द्या!' ओरडून त्याला हैराण करून सोडलं असणारं!

आणि गेलो, तर सगळं शांत!

हुच्चा आणि त्याच्याइतकीच हुच्च असलेली त्याची सेक्रेटरी-कम-क्लार्क-कम-सर्व काही, आपले मख्खपणे परत आलेल्या व्हिप्या फोडतायत्!

म्हटलं, 'सोल्ड आउट'असणार! म्हणूनच, परत आलेल्या प्रतींचं ह्याला काही वाटतं नाहीये!

चमकत्या चेहऱ्यानं चौकशी केली, तर पठ्ठ्या काही बोलला नाही. मंदपणे गालांतल्या गालात हसला.

चहा वगैरे घेऊन मी रुबाबात जायला निघालो, तर विचारलं,

'संध्याकाळी काय करतोयस शिरीष?'

म्हटलं,'तसं काही ठरलेलं नाही रे!'

तर म्हणे, पाच वाजता इथे ये.

मी खूष! की हा बहुतेक पार्टी वगैरे देणार.

संध्याकाळी गेलो, तर हुच्च्या माझीच वाट पहात थांबलेला.

मला पाहताच, शांतपणे उठला. सेक्रेटरीला सांगून बाहेर पडला.

'कुठे जायचं?' विचारताना माझ्या डोळ्यांसमोर रंगीबेरंगी पेयांचे ग्लास उत्साहाने नाचत होते. आणि हुच्च्याचं इतकंच-

'कळलेच!'

चालत-चालत आम्ही एक रद्दीच्या दुकानापाशी आलो.

सगळीकडे वृत्तपत्रं-मासिकं-साप्ताहिकं-पुस्तकं....

आणि त्याच ढिगाऱ्यात वजन-तागडी व गल्ला सांभाळणारा एक मनुष्य. त्याच्या चेहऱ्याची ठेवण थेट मिक्स्ड ब्रीड अल्सेशिअनसारखी!

हुच्च्याला पाहताच तो तोंड भरून हसला. मला दुर्लक्षित करीत म्हणाला,

'याऽ काणे साहेऽब....या!'

आणि खदखदून हसला.

आता,'टेण्या' काणे या नावामुळे तो हसला असेल तर हरकत नव्हती. पण तेवढी विनोदबुद्धी त्याच्या खानदानात असल्याचं नंतरही मला कधी जाणवलं नाही!

मी आपला 'सकाळ' च्या एका गठ्ठ्यावर बसून शेजारच्या ढिगातलं एक पुस्तक चाळायला घेतलं.....

'पहिली कामगिरी' लेखक: शिरीष देवासकर!

हे तर आपलंच पाहिलं-वहिलं पुस्तकं!

चमकून हुच्च्याकडे पाहिलं.

त्याला नजरेच्या कोपऱ्यातून दिसत असावं. माझ्याकडे न बघता, मंदपणे हसत म्हणाल्या,

'पलीकडचे सात गठ्ठेही तुझेच आहेत!'

माझा चेहरा खाडकन पडला.

खाली मान घालून, पुस्तकं चाळण्याचं नाटक करू लागलो.

हुच्च्या रद्दीवाल्याशी बोलणी करू लागला.

'मेमाणेसाहेब...दर महिन्याला तुम्ही किती पुस्तकांचा लॉट घेऊ शकाल?'

मेमाण्या नुसते हात पसरून, गुदगुल्या झाल्यासारखा हसला.

'नाही, त्याप्रमाणे मला प्रिन्ट ऑर्डर ठरवता येईल!'

'वीस रुपयांनी असेल तर आम्ही या लेखकाची चार-पाचशे पुस्तके घेत जाऊ! लेखक बरा आहे. लोक डिमान्ड करतात!'

'ठीक आहे. चालेल.'

मी इकडे भंजाळलेला, की हा काय प्रकार आहे?

उरलेली- मुळीच खपण्याची शक्यता नसलेली- पुस्तकं रद्दीत घालतात, हे मला माहीत. पण रद्दीवाल्याला विचारून प्रिन्ट-ऑर्डर..?

बाहेर पडल्यावर हुच्च्याला त्याबद्दल विचारलं, तर हुच्च्यानं त्याचं अफलातून गणित सोडवून दाखवलं.

त्याच्या मते, नवीन रहस्यकथा- लेखकाच्या प्रती सुरुवातीला मुळीच खपत नाहीत. पाचशे-सहाशे म्हणजे डोक्यावरून पाणी!

आणि खर्च, कमिशन, जाहिरात, पोस्टेज....वगैरे गृहीत धरून, सहाशे प्रती विकल्या गेल्या, तर हजार प्रतींचा खर्च भरून निघतो.

मी अज्ञानपणाने म्हणालो,

'मग सुरुवातीला हजारऐवजी सहाशेच काढाव्यात! जसजशी विक्री वाढेल-'

कीव करणारं हसला. म्हणाला,

'कंपोझिंग आणि प्रिन्टिंगचे पैसे तेवढेच द्यावे लागणार! येऊन-जाऊन खर्च काय राहणार तो कागदाचा! त्यापेक्षा, पाचशे प्रती रद्दीत घातल्या की शंभर रुपये मिळतात! हाच खरा नेट प्रॉफिट. दरमहा पंधरा-वीस पुस्तकं काढली की, दीड-दोन हजार मिळतात!'

हे गणित अत्यंत खरं-वास्तववादी-नि सुन्न करणारं होतं.

मी एकदम गरीब.

तर, हुच्च्यानं एकदम बॉम्ब टाकला!

'पुढच्या वेळी मी अकराशे प्रती काढीन तेव्हा मला शंभर रुपये मिळतील! यावेळी मी आठशेच काढल्या होत्या! म्हणजे मला साठच रुपये मिळाले आहेत. बोल-मानधन म्हणून या साठातले तुला किती देऊ?'

काय बोलणार, नाही का?

लाजेनं तोंडातून शब्द तर फुटायला हवा!

त्या अनुभवानंतर फारसा प्रॉब्लेम आला नाही. कारण माझा सेल झपाट्यानेच वाढत गेला. पण, चार महिन्यांना, सगळं सुरळीत चाललं असताना, हुच्च्यानं पार मुळातून, सर्व प्रॉब्लेमची शक्यता मिटवली!

म्हणाला,

'नवीन लेखक पॉप्युलर व्हायला लागला की त्याला शिंगं फुटंतात! स्वत:ला तो 'बृहस्पती' समजू लागतो. डोईजड होतो!'

त्यानं हे मला का सांगावं ते डोकं खाजवूनही मला समजेना. कारण, माझ्या वागण्या-बोलण्यातून तसं काही जाणवलं असण्याची शक्यता नव्हती.!

'आणि मी आता पुस्तकांच्या किंमती कमी करतो आहे! त्यामुळेच मला तुझं मानधनही परवडणार नाही!'

हुच्च्या जे काही बोलायचा, ते नेहमीच असं ऑफबिट असायचं! चकित नि अवाक होण्याला इलाजच नसायचा.

पहा ना!

मार्केटमध्ये पुस्तकांचा एक दर स्थिर आहे. आपण ज्या लेखकाची पुस्तकं प्रकाशित करतो आहोत, तो दिवसेंदिवस लोकांना आवडायला लागला आहे. दर वेळी त्याच्या पुस्तकांची मागणी पाच-पन्नास प्रतींनी वाढते आहे.

अशा वेळी, पुस्तकाची किंमत का कमी करायची? त्यासाठी, चालता लेखक का बंद करायचा?

आपल्याला या मागचं गणित सोडवता येतं?

हुच्च्याला येतं?

किंबहुना, त्याला अशीच गणितं झटकन तयार करून, ती सोडवताही येतात! सर्वसामान्य माणासाला 'ॲलर्जी' नावाचा विकार होतो, त्यात धुळीची-रंगाची-वासाची-औषधाची-अशा सर्वसामान्य ॲलर्जीपैकी एखादी त्याला असते. हुच्च्याला 'सुरळीतपणा'-ची ॲलर्जी आहे! एखादी गोष्ट फार काळ चालू राहिली की त्याला ते असह्य होतं.

त्याच्या बालपणात मी कधी डोकावलं नाही; पण माझी खात्री आहे, दर तीन-चार दिवसांनी तो आपल्या आई-वडिलांना एकमेकांबद्दल काही ना काही खोट-नाटं सांगून, त्यांच्यात भांडण लावून देत असणार, नि नंतर, ती स्वत:च्या बुद्धिवंत मध्यस्थीनं, मिटवूनही देत असणार!

हुच्चच तो!

किंमती खाली आणण्याच्या बदलामागचं त्यानं जे काही गणित दाखवलं, ते उच्चपणे हुच्च होतं! आणि, त्याची कॅलक्युलेशनस 'युनिक' असल्यामुळे, इतर रहस्यकथा प्रकाशकांना ती माहीत नव्हती. स्पर्धेचा अनिवार्य परिणाम म्हणून, त्यांनाही सपासपा किंमती कापाव्या लागल्या. उत्पन्न आणि खर्चाची तोंडमिळवणी होईना. त्यासाठी मग, प्रॉडक्शन कॉस्टमध्ये कपात. म्हणून प्रॉडक्ट्स हलक्या दर्जाची. ही हलक्या दर्जाची, म्हणून पुन्हा घडी विस्कटलेली!- एकूण रहस्यकथांचा व्यवसाय गडगड-गडगड वेगानं ऱ्हासाकडे धावू लागला!

इतर रहस्यकथा-प्रकाशकच बावळट! हुच्च्या तरी त्याला काय करणार!

बघं हं, किती सोपं आहे!

रहस्यकथांच्या किंमती तेव्हा सरसकट दोन रुपये पन्नास पैशांप्रमाणे.

या किंमतीला शिरीष देवासकराच्या प्रत्येकी एक हजार प्रती जातात.

म्हणजे, सहाशे प्रती खर्चात वळत्या झाल्या की चारशे प्रतींचे एक हजार. कमिशन जाऊन सहाशे रूपये!....

समजा, नवीन लेखक घेतला, आणि दोन रूपये किंमत केली....प्रति दोन हजार! पंधराशे तर नक्की खपणार!

हजाराच्या पुढच्या प्रतींना कंपोझिंगचा खर्च नाही. म्हणजे, हजार प्रती गेल्या की दोन हजार प्रतींचा खर्च सुटला.

उरलेल्या पाचशे प्रतींचे एक हजार.

कमिशन वजा जाता सहाशे.

आणि पाचशे प्रती रद्दीत!

आता, तीस पैसे या वाढीव दराने ते दीडशे.

साडेसातशे.

शिवाय, लेखक नवीन असल्याने, मानधनात सव्वाशे तरी वाचणारच! पावणेनऊशे!

एका कथेला दोनशे पंचाहत्तरप्रमाणे दहा कथांचे दरमहा किती होतात? अर्थात,

कागदावरली गणितं प्रत्यक्षात चुकतात, हे हुच्च्यालाही अनुभवाने कळून आलं, म्हणा!

किंमत कमी ठेवा, नाही तर जास्त ठेवा. पुस्तकं जायची तितकीच जातात! हा त्रिकालाबाधीत नियम मला, हुच्च्याला आणि व्यवसायाला एकाच वेळी समजला!

पुलाखालून खूप पाणी वाहून गेलं होतं.

रहस्यकथांची अवस्था अत्यंत केविलवाणी होऊन, तो व्यवसाय मृत्युपंथाला लागला होता. त्यातल्या अनिश्चितपणाला कंटाळून, मी ललित-साहित्यात यशस्वीपणे जम बसवू लागलो होतो.

तिथे सगळं शांत, सुरळीत होतं. लाथाळी नव्हती.

मोजके प्रकाशक, मोजक्या लेखकांची पुस्तकं प्रकाशित करायचे.

विक्रेते ठराविक कमिशनने पुस्तकांची विक्री करायचे. ठरल्या वेळी, ठरल्याप्रमाणे त्यांचे हिशेबाचे चेक्स यायचे. आपोआपच लेखकालाही संथपणे; पण निश्चित मानधन मिळायचं!

दरम्यानच्या काळात, हुच्च्या कुठे होता- काय करीत होता......

मला कल्पना नाही.

पण, चार-पाच वर्षांत तरी तो या व्यवसायात कुठे भेटला- दिसला नव्हता.

मी त्याला पार विसरून गेलो होतो....

तो मला नाही!

एका संध्याकाळी मी 'मॅजेस्टिक' मधून बाहेर पडलो. येताना 'रसिक' मध्ये डोकावून नांदुरकरांशी गप्पा माराव्यात नि घरी जावं अशा हेतूनं केसरीवाड्याच्या रस्त्यानं चालू लागलो.

तोच हाक आली-

'लेखऽक!'

पाहिलं, तर हुच्च्या रस्ता क्रॉस करून माझ्याकडेच येत होता!

इतर काही बदल नाही. मिशा टोकदार वाढवल्या होत्या आणि मधूनच त्याचा एक डोळा गर्रकन फिरल्याचा भास होत होता.

नंतर कळलं-मध्यंतरी टॉइफाइड उलटून तो बेचाळीस दिवस अंथरुणाला खिळून होता. अगदी जाता-जाता यमानं त्याला नाकारला! त्या आजारपणाची आठवण म्हणून डोळा थोडा ठोका मारल्यासारखा सरकला होता. पण दिसण्या-बिसण्यात काही फरक नव्हता. तो झाला असताच तर हुच्च्याला कदाचित सरळ वस्तू सरळच दिसू लागल्या असत्या! त्या असतील तशा- इतरांना दिसतील तशा न दिसणं, हा तर त्याचा जन्मजात दृष्टिगुण होता!

पालथ्या मुठीनं मिशांना आकार देत राहण्याची सवय, हा एक नवा बदल.

बाकी हुच्च्या तोच!

आपण बऱ्याच वर्षांनी भेटतो आहोत, वगैरे वागण्या-बोलण्यात कुठेही नाही.

'अरे, उद्याच तुझ्याकडे येणार होतो! आज नेमका तूच समोर!'

'वा! याला म्हणतात योगायोग!'

मी अगदी जुना मित्र भेटल्याप्रमाणे आनंदी आवाजात म्हणालो खरा, पण मनातून थोडी भीतीच वाटत होती, की, हा टेण्या आपल्याला भेटायला का येणार होता?

चाललंय ते ठीक चाललंय रे राजा!

तर, पुढच्या दहा मिनिटांत हुच्च्यानं माझी भीती खरी ठरवली!

त्यानं नव्याने प्रकाशन-व्यवसायाकडे आपला मोर्चा वळवला होता. माझी पहिली रहस्यकथा त्यानेच प्रसिद्ध केलेली असल्याने, नव्या प्रकाशनासाठीही माझीच पहिली कादंबरी स्वस्तात मागण्याचा त्याला अधिकारच होता!

समस्त ललित वाङ्मयाचा प्रतिनिधी म्हणून मी अंतर्बाह्य थरथरालो. प्रकाशन व्यवसायातली शांतता, सुबत्ता या हुच्च्याच्या आगमनाने देशोधडीला लागणार, याबद्दल माझ्या मनात तसूभरही शंका नाही.

त्याच्या प्रकाशनाचं नावही तेच सांगत होतं.

'तिकडम प्रकाशन!'

मी बिचकेन, म्हणून हुच्च्यानं आधी मला कल्पना दिली नव्हती, म्हणे!

आणि ते बरोबर होतं.

'तिकडम'चं प्रकाशन व्यवयातलं पदापर्णच तिकडमबाज होतं!

आज आता सगळा मराठी प्रकाशन व्यवसायच झकडमबाज नि तिकडमबाज झाला आहे. पण तेव्हा ही आयडिया फारच नवीन आणि आकर्षक होती.

'सकाळ'मध्ये पहिली जाहिरात झळकली, तीच चर्चेचा विषय होऊन!

'प्रकाशनपूर्व सवलत योजना!'

दि. अमुक-अमुक पूर्वी कादंबरी खरेदी केल्यास मूळ चाळीस रुपयांची प्रत सवलतीच्या दरात तीस रूपयांना! विक्रेत्यांना सवलतीच्या दरावर दहा टक्के कमिशन!

ती जाहिरात पहिल्यावरच मी मनाशी म्हटलं- झालं! या हुच्च्यानं बरे पायंडे पाडायला सुरुवात केली! आता सवलत योजनांची रीघ लागणार!

दुसऱ्याच आठवड्यात, मुंबईच्या तीन प्रकाशनांच्या वीस पुस्तकांची सवलत योजना जाहीर!

'सत्तर रुपयांची कादंबरी पस्तीस रूपयांना मिळवा!'

'पाचशे रुपयांचा संच घेतल्यास, सव्वादोनशे रुपये फक्त!'

'दहा संच मागविल्यास आमच्या खर्चाने घरपोच पाठवू!'

माझ्या पोटात गोळा उठला.

म्हणालो, 'हुच्च्या, काय करून ठेवलंस हे?'

तर मिशीवर पालथी मूठ फिरवत हसला.

'हं-हं-हं-हं! हे काहीच नाही! देखिये आगे-आगे होता है क्या!'

'पण तुला हे परवडत कसं?' मी न राहवून विचारलं.

'मुंबईच्या त्या तीन प्रकाशनांत परवडलं की नाहीऽ!'

'हो, पण....'

'मला एक सांग,शिरीष-आपण 'लोकसेवा' व्रतासाठी धंदा करतो का?'

'नाही, तू तरी निश्चितच नाही!'

'मी काय, कोणीच तसं करीत नाही! जे तसं भासवतात, ते बहुतांशी दांभिक असतात! अरे, देशसेवेच्या गप्पा मारीत, स्वतःच्या इस्टेटी करणाऱ्या राजकीय, पुढाऱ्यांसारखंच हेऽ!'

'ते ठीक आहे. पण....परवडतं कसं?'

'परवडणारच! आता तर ही सुरूवात आहे. बघशीलच तू. आपला फायदा-तोटा....कशाचाही विचार न करता, उद्या हे वाचनालयवाले या योजनांच्या मागे धावतील! बघ कुठल्या एका पुस्तकाची किंमत चाळीस रूपये ठेवून परवडण्यासारखं आहे. त्यावर ठोक कमिशन चाळीस टक्के दिलं, तर प्रकाशनाला चोवीस रुपये मिळतील. बरोबर?'

मी होकारार्थी मान डोलावली.

'याच पुस्तकाची दर्शनी किंमत मी साठ रुपये ठेवीन, आणि पन्नास

टक्के सवलत योजना जाहीर करीन! या तिसावर विक्रेत्याला दहा टक्के कमिशन दिलं, तरी मला किती मिळतात? सत्तावीस! म्हणजे दर पुस्तकामागे मी असे तीन रुपये जास्त कमवतो, पैसे लवकर कॅश होतात, आणि पुस्तकं जास्त खपतात! न परवडण्यासारखं काय आहे यात?'

हुच्च्याचा मुद्दा बरोबर होता. पण सगळ्या प्रकाशन-व्यवसायालाच ही सवलत-योजनेची लागण लागू पाहात होती, हे वाईट होतं. एकदा सुरुवात झाल्यावर ती थांबण्याचे कोणतेही उपाय नव्हते! उलट, एकाचं पाहून दुसरा आणखी एक पाऊल पुढेच टाकायचा!

प्लॅस्टिक कव्हर फ्री दे....कॅलेंडरवर नटीचा फोटो छापून, तो प्रेझेंट दे....

एका प्रकाशकाने तर वर्तुळात बरकडी केली!

प्रकाशनाच्या जोडीला त्यानं कव्हर लॅमिनेशनाचाही व्यवसाय सुरू केला. आणि, प्रत्येक प्रकाशकाला पत्र-

आम्ही तुम्हाला पुस्तकांची कव्हर्स लॅमिनेट करून देऊ, रोख पैशांऐवजी तुम्ही बिलाच्या रकमेइतकी पुस्तकं आम्हाला तीस टक्क्यांनी पाठवा!

सगळे प्रकाशक उड्या मारीत त्याच्याकडे!

अन् इकडे हुच्च्या त्याचं बारसं जेवलेला! तो काय करतो आहे, हे आधीच ओळखून त्यानं प्रकाशकांशी मीटिंग्ज करायला सुरुवात केली.

'मी तिकडम वितरण सुरू करतो आहे. रोखीत व्यवहार न करता, तुम्ही तुमच्या प्रकाशनाची पुस्तकं मला विक्रीसाठी द्या, त्या बदल्यात, त्याच किंमतीची 'तिकडम' ची पुस्तकं मी तुम्हाला देतो!'

झालं! हुच्च्याकडे 'तिकडम' चा स्टॉक अगदी कमी, आणि इतर प्रकाशनांची टायटल्स अगदी भरपूर!

पाहून माझीच छाती दडपली.

विचारलं,'विकणार कधी ही तू?'

तर, मिशीवर पालथी मूठ फिरवत, मंदपणे हसला.

'उद्या रात्री आठ वाजता ये शिरीष! तुला तुझ्या प्रश्नाचं उत्तर मिळेल!'

म्हटलं, बघू तर खरं - हा काय उत्तर देतो!

म्हणून, आठ वाजता त्याच्या ऑफिसात गेलो. तर संपूर्ण ऑफिसात पुस्तकांच्या कागदाचा चपटाही नाही!

माझा गोंधळ उडाला.

विचारलं,'काय रे, पुस्तक कुठे आहेत?'

खदखदून हसत, हॅन्डबॅगेतून एक ड्राफ्ट काढून तो मला दाखवत म्हणाला,

'इथे आहेत!'

पाहिलं, तर पावणेदोन लाखांचा बँक ड्राफ्ट!

माझा चेहरा त्या वेळी इतका बावळट झाला, की हुच्च्या अगदी डोळ्यांतून पाणी येईयेईपर्यंत हसत राहिला.

रात्रीच्या पार्टीत त्यानं मला सांगितलं.

पठ्ठ्यानं मार्केट व्हॅल्यूनुसार चाळीस टक्के वजा करून, सगळा स्टॉक बँकेकडे गहाण टाकला होता! त्याला लागतील तशी पुस्तकं सोडवून नेणार होता म्हणे तो!

चाळीस टक्क्याने स्टॉक कॅश झाला म्हटल्यावर, हुच्च्या काय वेडा आहे, स्टॉक सोडवून घ्यायला!

बँकेनं तो विकावा, नाही तर सुरळ्या कराव्यात

हुच्च्या काणेचा मेंदू ग्रेट खरा!

एकीकडे पुस्तकं धडाधडा प्रकाशित करतोय, नि दुसरीकडे 'एक्सचेंज' चा धंदाही जोरात!

एकदा एक बॅकेला टांग मारली म्हटल्यावर, तीच युक्ती वापरून पुन्हा दुसऱ्या बँकेला टांग मारणं तर शक्य नाही!

मग, या पुस्तकांचं करतो तरी काय हा? विचारलं त्याला.

ह्याची वेगळीच शक्कल!

तीन-चार झेड. पी. वाले वगैरे हाताशी धरलेले. पाच-सात टक्के त्यांना द्यायचे.

प्रत्येक पुस्तकाच्या दीड-दोनशे प्रती प्रत्येक झेड. पी.च्या वाचनालयांना!

ह्याची वेगळीच शक्कल!

तीन-चार झेड.पी. वाले वगैरे हाताशी धरलेले. पाच-सात टक्के त्यांना द्यायचे.

प्रत्येक पुस्तकांच्या दीड-दोनशे प्रती प्रत्येक झेड.पी. च्या वाचनालयांना!

इतकं करून स्टॉक असायचा.

एक व्यापारी पकडून ठेवला होता.

एक्सचेंजमधली सगळी उरलेली पुस्तंक साठ-सत्तर टक्क्यांनी त्याला लॉटमध्ये विकून टाकायचा!

बैस विकत- एक-एक!

इथेही, त्याचं परवडण्याचं गणित होतंच!

आपण आपल्या पुस्तकांच्या दर्शनी किंमतीची पुस्तकं बदलीत घेतो. म्हणजेच, आपली प्रॉडक्शन कॉस्ट, आणि या पुस्तकांची खरेदी किंमत एकच!

साठ टक्के तर साठ टक्के!

चल, सत्तर टक्क्यांनी घे!

दुसऱ्या प्रकाशनाची पुस्तकं कचऱ्याच्या भावात फूटपाथावर आली, तर आपलं काय नुकसान होणार?

इतर प्रकाशकांना हे गणित डोक्यात यायला वेळ लागेल. तोपर्यंत तरी ते त्यांच्या पुस्तकांप्रमाणेच 'तिकडम' ची पुस्तकं इमानदारीत विकतील!

लक्षात येईल, तेव्हा आणखी वेगळी युक्ती!

हुच्च्याच्या या सगळ्या तिकडमबाजीचा रहस्यकथांवर जसा- जो परिणाम झाला, तसाच तो ललित प्रकाशनांवर होणंही अपरिहार्य होतं!

अपेक्षेप्रमाणेच, पुस्तक व्यवसायाला आधी गती निर्माण झाली. त्यात चैतन्य सळसळू लागलं. स्वत:च्या वेगानं या व्यवसायात पैसा खेळू लागला.

पैसा आहे म्हणून बरे, उत्साही व्यवसायेच्छू माणसं प्रकाशनाकडे वळली.

मग गुजराथी, मारवाडी, कच्छी, बनिया आपापल्या धंदेवाईक युक्त्या घेऊन या धंद्यात उतरले.

स्पर्धा निकोप होती, ती गळेकापू झाली.

आपल्या व्यवसायाच्या तेजीसाठी समव्यवसायिकाची सुट्टी करण्याची

राजकारणं सुरू झाली. नंतर, सर्व नीतिमूल्यं धाब्यावर बसवून दुसऱ्याला खड्ड्यात घालणं, म्हणजे धंदा अशा तत्त्वांची प्रकाशन व्यवसायात लाट आली.

आणि, हुच्च्या एक दिवस सचिंत, उदास चेहऱ्यानं सांगू लागला-

'या धंद्यात आता पूर्वीसारखा राम राहिला नाही! मी आता या व्यवसायातून कायमचा निवृत्त होईन, म्हणतो!'

हुच्च काण्या इतक्या सहजासहजी प्रकाशन व्यवसायातून निवृत्त होईल, असं कोणालाच वाटलं नव्हतं. मी तर म्हटलं, ब्रिटिश जाताना भारताचं जास्तीत जास्त वाटोळं करून गेले, तसं काही तरी मोठं वाटोळं करूनच, मग हा निवृत्त होईल!

पण हुच्च्या हुच्चगिरी न करता गेला, हे विशेष.

आता, कितीही नाही म्हटलं तरी येळकोट राहणारच! जाताना त्यानं आपल्या ऑफिसातल्या दुसऱ्या प्रकाशनाचा माल कोणाला तरी स्वस्तात देऊन टाकला, आणि भाड्याची जागा आपल्याच मालकीची असल्याचं भासवून, एका मारवाड्याकडून तीन लाख घेऊन त्याला, जागेचा ताबाही परस्पर देऊन टाकला!

हुच्च्याच्या पराक्रमी कारकिर्दीचा विचार करता, हे म्हणजे किरकोळच!

एकदा निवृत्त झाल्यावर मात्र, मेलेल्या माणसानं पुन्हा जगाचं तोंड पहायला परत येऊ नये, इतक्या कठोरपणे त्यानं प्रकाशन व्यवसाय सोडला!

प्रकाशन व्यवसायाची ही पाच वर्षे अगदी 'हिरोशिमा'च्या उभारणीची गेली!

खूप स्थित्यंतरं झाली.

काही जुने प्रकाशक वैतागून संन्यासी झाले- काही थेट देशोधडीला लागले- काही लेखक नाइलाज म्हणून स्वत:ची पुस्तकं प्रसिद्ध करू लागले. ती विकली जावीत म्हणून चांगली लेखकांची जुनी पुस्तकही जोडीने काढू लागले. काही प्रकाशक विक्रेते झाले. काही विक्रेते मोठ्या दुकानांतून नोकरीला लागले; तर काही लेखक - संपादकही झाले!

परंतु, यात कुठे हुच्च्या नसल्याने, सगळं होकारात्मक घडण्यात काही अडचण तरी आली नाही!

निरोप घेताना हुच्च्या मला म्हणाला होता,

‘कंटाळलो! आता पूऽ र्ण कंटाळलो! या व्यवसायातली माणसं पूर्णत: कृतघ्न आहेत, शिरीष! माझ्यातल्या प्रगल्भ उद्योजकाची ह्या कोणाला बूज नाही. केल्याची जाणीव नाही. पुन्हा म्हणून या व्यवसायतल्या माणसाचं थोबाड पहाणं नको!

‘हां, याचा अर्थ, मी माणुसकीला मुकलो, असा मात्र नाही! तुमच्यापैकी कोणीही केव्हाही माझ्याकडे यावं. मित्र म्हणून यू आर ऑल्वेज वेलकम्!

‘या बसा, खा, रहा.....काही मदत लागली तर सांगा, करण्यासारखी असेल तर तीही करेन! पण स्वत:हून- नाव नको!’

आणि हुच्च्या गेला तो गेलाच!

कुठे जाणार वगैरे काही तेव्हा नक्की नव्हतं.‘नंतर सांगतो’, म्हणाला. पण गाठच नाही! गडबडीत विसरला असेल- त्याला सांगायचं नसेल....

काही ठावठीकाणा न ठेवता परागंदा झाला, एवढं खरं!

त्यानंतरही पाच-सात वर्षे गडबडीची ते सांगितलंच आता मी. ही सगळी स्थित्यंतरं माझ्या मात्र भाग्यस्थानी पडली. काय झालं नि कसं झालं - पण शिरीष देवासकर हा लेखक खूप श्रेष्ठ व महान असल्याचा शोध साहित्यक्षेत्राला याच काळात लागला. माझ्या नावाची जादू वाढू लागली. कादंबऱ्यांवर चित्रपट वगैरे निघू लागले. मला सभा संमेलनं, उदघाटनं....अशी बोलावणी येऊ लागली.

असाच एकदा लिओ क्लबच्या स्थापनेसाठी म्हणून फुलचंदनगरला जाण्याचा योग आला.

फुलचंदनगर पूर्वी कोणाला फारसं माहीतही नसेल. इव्हन, गावाचं नावही आधी काहीतरी वेगळंच होतं. नवं दुकान दणकेबाज शो करून सुरू झालं, त्या जागी आधी काय होतं, हे नेहमी पाहणाऱ्या माणसालाही आठवू नये, तसं जुनं नाव आता गावकऱ्यांनाही आठवत नाही!

आता, फुलचंदनगरच!

आठ-दहा वर्षांपूर्वी कोणा सेठ फुलचंद नावाच्या दानशूर, दयाळू, माणुसकीचा कळवळा असणाऱ्या मानवाने- होय, तीन वर्षापूवी सेठ फुलचंद

'स्वर्गीय' झाले आहेत, हा तुमचा अंदाज बरोबर आहे - या गावी फुलचंद इन्डस्ट्री सुरू केली. लोकांना पोटा-पाण्याची भ्रांत असल्याने, इवल्याशा रोपाचा चार पाच वर्षात वटवृक्ष झाला! अनुषंगिक कारखानेही इथे भरभराटीस आले. लोकांचा ओघ या नव्या इंद्रप्रस्थाकडे सुरू झाला. आणि हां-हां म्हणता फुलचंदनगर औद्यागिक शहर म्हणून नावा रूपाला आलं. तिथे शांतता आली. सुबत्ता आली.(उघडच आहे! रिकाम्या पोटी कोणाला असले क्लब स्थापन करणं सुचणारं!)

तर, फुलचंदनगरला गेलो.

कार्यक्रम सकाळचा. दुपारी प्रतिष्ठित व्यक्तींच्या गाठी भेटी. वाचनालयाची निमंत्रणं. संध्याकाळी गावातली प्रेक्षणीय स्थळं नि फुलचंद इन्डस्ट्रीला भेट. रात्री जेवण. दुसऱ्या दिवशी परत.

संध्याकाळी गावातून फिरत असताना, एका कॉर्नरवर एक हॉटेल दिसलं. दर्शनी भागावर रंगीत खडूंनी एक बोर्ड रंगवलेला होता.

तो पाहताच मी थबकलो.

सवलत योजना!.....अवश्य लाभ घ्या!

तीन तास बसून एकट्यानं तीन बियर प्यायल्यास, चौथी बियर फ्री!

हुच्च्या काणे!

माझ्या तोंडून उत्सफूर्तपणे नाव निघून गेलं.

लिओ चकित झाल्यासारखे दिसले. त्यातल्या एकानं विचारलं

'हुच्चराव काणे तुम्हाला माहितीयत?'

'होय. हे त्यांतंच हॉटेल आहे ना?'

'छे,छे! हेऽ आपलं....हुच्चरावाचं मोठं हॉटेल आहे- हॉटेल रोडला!'

'हॉटेल हुच्च!' दुसऱ्याने उत्साही माहिती पुरवली. 'नाव जरा विचित्र आहे खरं; पण त्या नावामुळेच लोकांच्या ते लक्षात रहातं!'

'माणूस फार हिकमती आहे, सर!' तिसरा सांगू लागला. 'हॉटेल रोडला ओळीनं तीस चाळीस हॉटेलं आहेत. त्यातला प्रत्येक जण हॉटेल उघडण्यापर्वी 'हुच्च' ला येऊन काही नवी योजना नाही ना पाहून, मगच हॉटेल उघडतो!'

मी अगदी मनापासून, खदखदून हसलो. म्हटलं आहे! याही धंद्यात हुच्च्यानं आपली जरब बसवली आहे तर!

'सर....' एकानं बावळट चेहरा करीत विचारलं,'हुच्चराव काणे तुम्हाला कसे माहीत? तुमची पुस्तकं वाचतात का?'

'चला,' जवळपास सात वर्षांनी हुच्च्या भेटणार, म्हणून खुषीत येत मी म्हणालो,'मला हुच्च्याकडे घेऊन चला!'

'हॉटेल रोड'नं चालताना माझी फारच करमणूक होत होती. हुच्च्याचं कर्तृत्व अगदी गहिवरून टाकणारं होतं!

एक हॉटेल 'सवलत योजना' नसलेलं दिसेल तर शप्पथ! कोणी सहा प्लेट बटाटेवड्यावर एक डबल चहा फुकट देतंय, तर कोणी 'डिलक्स' नॉनव्हेज मिल/ डिनरवर दोन लार्ज पेग व्हिस्की देतंय! कोणी व्हेज जेवणावर फ्रूट-सॅलड नि मसाला पान देऊ करतंय, तर कोणा हॉटेलात 'मदमस्त' तरुणी तुमच्या हाताला धरून तुम्हाला टेबलापर्यंत नेणार आहे...हाताला अत्तर लावणार आहे!

आणि हॉटेल्सच्या नावावरही हुच्च्याचा प्रचंड प्रभाव!

'हुच्च' च्या पठडीतलं म्हणून- अर्थाचा विचार न करता- 'न्यू हुच्च'! 'हुच्च-डिलक्स'!'हुच्चाई'! या 'हुच्च' चे जे जे हुच्च प्रकार करता येतील, ते करून संपल्यावर, इतर हॉटेल 'लुच्च' वगैरे केविलवाण्या अनुकरणापर्यंत घरंगळली होती! आणि एकानंतर 'कटाकट नको!' अशा थाटात हॉटेलचं नावच 'हॉटेल सवलत' ठेवून टाकलं होतं!

'हुच्च' पाशी पोहोचताच, मी थबकलो- हे तर पाट्यांचं चर्चगेटच होतं!

अगदी लेटेस्ट पाट्यांमधल्या काही हुच्च्याच्या साक्ष देणाऱ्या होत्या.

'जेवणाची दहा कुपन्स विका आणि फुकटात खा!'

ही आयडिया 'दिल्ली मिक्सर' वाल्यांची छोटी प्रतिकृतीच वाटली.

'वीस दिवसांचे आगाऊ पैसे भरून तीस दिवस राइस-प्लेट खा!'

मी अगदी भक्तिभावाने पाट्या वाचत असतानाच, हुच्च्याचं माझ्याकडे लक्ष गेलं. आणि तो अत्यानंदाने ओरडला,

'याऽ लेखकराऽ व...याऽ!'

बरोबरच्या छोट्या मित्रांना विसरून मी लगबगीने काउन्टरकडे गेलो. हुच्च्यानं बाहेर येऊन मला मिठी मारली.

आनंदाचा भर थोडा ओसरताच, त्याने 'तू इकडे कसा?' वगैर चौकशी केली. मी सांगितलं. पोराकडे बोट दाखवलं, तशी त्याने नोकराला आज्ञा केली-

'या पोरांना 'सवलत हॉल' मध्ये घेऊन जा. त्यांना काहीही खाऊ दे!'

पोरं आश्चर्यानं, आनंदानं निघून जाताच, आम्ही गप्पांमध्ये रंगून गेलो.

अर्थातच, इतर सगळे कार्यक्रम करून, त्या रात्री मला हुच्च्याकडेच मुक्काम करावा लागला.

मीही आढेवेढे घेतले नाहीत.

खूप गप्पा मारायच्या होत्या. एकमेकांची खुशाली विचारायची होती.

थांबलो!

माझ्याकडे सांगण्यासारखं बरंच काही होतं आणि हुच्च्याकडे तर होतंच होतं. हॉटेलिंग ही लाइनच मला नवी होती. तसं, मी 'हॉटेल' कादंबरीत बरंच वाचलं होतं, पण प्रत्येक देशातल्या हॉटेल्सच्या पद्धतीत खूपच तफावत असते. आणि मुख्य म्हणजे, इतर कोणत्याही देशात या लाइनमध्ये 'हुच्च्या' नसतो!

रात्रभर आमच्या गप्पा चालल्या होत्या.

रात्री काहीतरी एक-दीडच्या सुमाराला असेल....

आम्ही रमत-गमत 'हुच्च' च्या मागल्या बाजूला आलो तर, तिथे मला बरीच पार्सलं बांधलेली दिसली आणि तो माणूस ती काट्यावर तोलून बाजूला ठेवत होता.

मी हुच्च्याला त्याबद्दल विचारलं, तर त्यानं माहिती पुरवली.

हॉटेलच्या धंद्यात काय कमी पडेल नि काय उरेल, ते सांगता येत नाही. काही ना काही माल उरतोच. तो शिळा माल दुसऱ्या दिवशी गरम करून किंवा मिक्सिंग करून वापरता येतो; पण त्यामुळे हॉटेलच्या चवीत फरक पडतो.

विश्वासार्हता जाते.

मग, एवढ्या मालाचं काय करायचं?

यावर, हुच्च्यानं जी आयडिया शोधून काढली, त्यासाठी हुच्च्याच जन्माला यावा लागतो!

स्वार्थापरी स्वार्थ, नि परमार्थापरी परमार्थ म्हणतात, तो असा!

फुलचंदनगरच्या म्युनिसिपालिटीच्या प्राथमिक शाळेत एकुलता एक गरीब शिक्षक होता. तोच मुख्याध्यापक. तोच शिक्षक, तोच प्यून. फुलचंदनगरला सुधारणांचं जे वारं लागलं होतं, ते या शाळेपर्यंत पोहोचलेलं नव्हतं, अर्थात,त्यामुळेच, या शिक्षकाला काम भरपूर आणि पगार कमी! तोही वेळेवर नाही!

या गरीब शिक्षकाला हुच्च्यानं इन्डस्ट्रियल कामगार वसाहतीपाशी एक 'झोपडी कॅन्टीन' काढून दिलं होतं!

रात्री येऊन तो उरलेला माल नव्वद टक्के कमिशनने न्यायचा, दुसऱ्या दिवशी 'सवलती' च्या दरात कामगारांना पुरवायचा!

'आयला! हुच्च्या!' मी आश्चर्याने थक्क होत ओरडलो, 'तू या हॉटेल व्यवसायाचा अगदी प्रकाशन व्यवसाय करून टाकलास की लेका!'

तर, हुच्च्याचं माझ्याकडे लक्षच नव्हतं. मिशीवरून पालथा हात फिरवत, तो दु:खी, व्यथित नजरेनं शून्यात पाहात होता.

आत जाता-जाता स्वत:शीच पुटपुटल्यासारखा म्हणाला,

'याही धंद्यात आता पूर्वीसारखा राम राहिला नाहीये, शिरीष! सालं, आपण डोकं लढवून काहीतरी कल्पना काढायची, आणि इतरांनी तीच राबवून तिचा चोथा करून टाकायचा! आता, हा गुरूजी रोज रात्री माझ्याकडे येऊन उरलेला माल घेऊन जातो, हे अजून कोणाला समजलेलं नाहीये. माझा रोजचा माल कसा संपतो, हेच इतर हॉटेलवाल्यांना कोडं आहे! पण आज ना उद्या ह्यांना हे समजणार! मग, ते त्याला तरी साडेआठ्ठ्याण्णव टक्क्यांनी ऑफर देतील, किंवा नवा कॅन्टीनवाला त्याच कामगार वस्तीत, मला शह म्हणून उभा करतील. काही खरं नाही!'

माझ्या बेडरूममध्ये आल्यावर त्यानं स्कॉच मागवली.

दोन पेग्ज पोटात गेल्यावर त्याला तरतरी आली.

'शिरीष-!' तो उत्साहाने डोळा फिरवत उद्गारला.

माझ्या पोटात गोळा!

कारण हुच्च्याचा असा डोळा फिरला, की त्याच्या मेंदूत कुठली तरी नवी, भन्नाट कल्पना जन्म घेते, असा माझा जुना अनुभव!

'बास झालं हे हॉटेलिंग! खूप मिळवलं. आता कंटाळा आला!'

'आणि-?'

'दुसरा व्यवसाय! आपल्यासारख्या कल्पक माणसाला अन्य व्यवसायांची कमी आहे काय?'

'कोणता पण?'

'बास! दहा-वीस लाख गेले तरी काही फरक पडत नाही! मराठी सिनेमाच काढून टाकतो तुझ्या कादंबरीवर!'

तो पुढे उत्साहाने बोलत राहिला.

माझ्या डोळ्यासमोर, हुच्च्या आपल्या निरनिराळ्या व्यवसायात काय काय करील याची दृश्यं!

कधी, सिनेमाघरासमोर हातात कर्णा घेऊन हुच्च्या ओरडतो आहे- 'त्वरा कराऽ! बाल्कनीचं सहा रूपयांचं तिकीऽट....चार रूपयाऽऽत!' आणि ब्लॅकवाले विन्डोकडे धावतायत!

तरी कधी, 'हुच्च बिल्डर्स' च्या ऑफिसबाहेर 'भव्य सवलत-योजना' चा बोर्ड!

'अमुक तारखेपूर्वी पैसे रोख भरल्यास, पाच वर्षांनी ब्लॅकच्या किंमतीतली सत्तर टक्के रक्कम परऽऽत!'

च्यायला! एकदा करून पाहायला हरकत नाही!

'लेखक सवलत-योजना!'

'पाच कथांचे चित्रपट- करार केल्यास, सहावी कथा फुकऽऽट!'

'पटकथा-संवादाचे काम दिल्यास, कथेच्या दरात सत्तर टक्के सवलऽऽत!'

मी चटकन म्हणून गेला-

'हुच्च्या, मी आता झोपतो. मला झोपू दिलंस तर तुझी झोप फुकट!'

साला, तोही ट्रान्समध्ये म्हणून गेला-
'डिलक्स गादी घे, आम्ही उशी-पांघरुणाचा चार्ज लावत नाही!'

❏ ❏ ❏

८. मनमोकळं, पहिलं-वहिलं....

मला फार दिवस एक कोडं आहे. काही शब्दांची नाती माणसानं फार मंगल.....पवित्र....हळुवारपणाशी जोडली आहेत आणि काही शब्दांच्या नशिबी मात्र खडतर..खन्नूड....वाईटपणा आलेला आहे!

उदाहरणार्थ,

'बेदम'- की, लगेच, मार खाणे! 'दाबून'- जेवणे- सकाळ कशीही चालते; प्रभात मात्र मंगलच असते!

तसंच,

'पहिलं' या विशेषणापुढे माणूस मनातल्या मनात एकच शब्द उच्चारतो, 'प्रेम'!

मला एक कळत नाही, प्रेमाच्याच पहिलेपणाची इतकी मिजास का? प्रेमाइतकीच, अन्य कोणतीही गोष्ट 'पहिल्यांदा' म्हणून थ्रिलिंग...एक्साइटिंग वगैरे नसते का?

प्रेमाबद्दल माझं काही म्हणणं नाही! आपल्याला तर बाबा हे पहिल्यांदा...दुसऱ्यांदा....तिसऱ्यांदा.....केव्हाही चित्तथरारकच वाटतं! असं आपल्यासारखं आपल्याबद्दल वाटणारं कोणी आपल्याला भेटत नाही, एवढीच गोची असते! त्यामुळे, आमचं आपलं- 'प्रेम' म्हटलं, की- 'बायकोऽ'

कदाचित, यामुळेच तर आमच्या मनात 'पहिलं' पाठोपाठ 'प्रेम' आठवण्याबाबत जरा नाराजीच निर्माण झाली नसावी ना?

शक्यता नाकारता येत नाही. कारण, मी एक असा दुर्दैवी जीव आहे, की जिच्यावर मी प्रेम केलं, तीच माझी पत्नी झाली!

चोवीस तास आपली, केव्हाही, 'पत्नी' म्हणून दिसणारी स्त्री!- प्रेमिकेच्या रूपातही तिलाच काय आठवणार, कपाळ!

जरा म्हणून काही व्हरायटी!

छे! स्वप्नात पण नाही!

आपणा मध्मवर्गीय, महाराष्ट्रीयन माणसाचं हे फार वाईट असतं. जे मिळालं, त्यात समाधान! खूष! आणखी प्रगतीची शिखरे पादाक्रांत करण्याची जिद्द नाही. उभारी नाही. प्रयत्न देखील करणार नाहीत तर!

नाही, म्हणजे....

कंसात सांगायचं तर, मी एकदा तसा प्रयत्न केला आहे; अगदीच नाही असं नाही! म्हटलं, नाही जमत, म्हणजे काय?

पाडायचं, म्हणजे पाडायचंच!

ठरवून स्वप्न पाडवलं, बघा!

अर्थात, ते इतकं सोपं नसतं म्हणा! आधी मनात अनेक प्रसंगांची निर्मिती होऊ द्यायची. तेवढी आपली कल्पनाशक्ती तरल नसतेच. म्हणून मग, निरनिराळ्या चित्रपटांमधले, चांगले-चांगले प्रसंग आठवायचे. त्यातले, अचूकपणे आपल्याला झेपतील असेच निवडायचे.

हं, हे फार महत्त्वाचं असतं आँऽ कारण सांगतो तुम्हाला.

काय असतं, की....शवासन-प्राणायम यासारखंच असं हुकमी स्वप्न पडवणं, खूपच अवघड असतं. अभ्यास आणि सरावाचाच भाग तो. ते जमायला लागेपर्यंत, सगळं मिक्सिंग होत राहातं, सालं!

म्हणजे,

अगदी छान छान म्हणून सुरुवातीलाच मी असा प्रसंग निवडला:

-संध्याकाळची वेळ. अर्थातच, संध्याकाळ असल्याने, ती 'रम्य' आहे. सकाळ असती, तर 'प्रसन्न' असती, एवढंच. तसा, स्वप्नाला काही फरक पडला नसता म्हणा, पण स्वप्नातच प्रेम करायचं, ते संध्याकाळच्या रोमॅन्टिक वातावरणात तरी असावं. व्यायाम वगैरे केल्यासारखं, सकाळी

कशाला?

म्हणून, संध्याकाळीची वेळ.

बाग. तीही, कार्पोरेशनची नको हं! नाही तर आपलं, 'ही इथे' म्हणून जवळची बागच डोळ्यांसमोर यायची!

तीही यायला तशी काही हरकत नाही म्हणा, पण....या बागेतून साला, पलीकडचा किराणा मालाचा दुकानदारही दिसतो, आणि हर्श्या पानवाला पण!

आपल्याला जन्टलमन माणूस म्हणून ओळखणारी माणसं ही! ह्यांच्यासमोर कसलं प्रेम करणार?

म्हणून, लांऽबची- थेट तिकडली....गावाबाहेरची बाग! तळं वगैरे असलेली.

मी एकटाच बागेत भटकतो आहे.

हं, नाऊ, वेट! 'संध्याकाळची रम्य वेळ, नि मी बागेत एकटाच कसा?' असले रसभंग करणारे चिल्लर प्रश्न मनात निर्माणच होऊ द्यायचे नाहीत; नाही तर, कधीच काहीही स्वप्नात उतरणार नाही.

सिनेमातला हीरो दणादण उड्या मारीत...पळत.... कोलांट्या मारीत, गाणं म्हणतो. त्याला दम कसा लागत नाही? उड्या मारताना त्याचं गाणं हबकत कसं नाही? - असा विचार करतो का आपण?.....नाही!

तो अन हिरॉइन नाचतात, तसाच सेम नाच नाचू शकणारे तरुण-तरुणी कुठून कुठून येऊन, नाचायला लागतात! हे कुठनं आले? ह्यांना याच्या स्टेप्स कशा माहीत?-असा खेडूत प्रश्न पडतो का आपल्याला?.......नाही!

इव्हन, कुठे काही दिसत नसताना, ढाण ढाण वाजणारी वाद्यं ही मान्य करतो की नाही, आपण? मऽऽग?

तसंच, हे!

च! पहिल्यापासूनच पाहू, थांबा.

संध्याकाळची वेळ. गावाबाहेरची, तळं असलेली बाग.

या बागेत मी एकटाच फिरतो आहे.

- झालं! एकदा मान्यच केलं की किती सोपं असतं, आहे ना?

वेळ रम्य संध्याकाळची असल्याने, मी अतिशय प्रसन्नचित्त आहे. त्याचा, आणि आसपास कोणी नसल्याचा परिणाम म्हणूनही, मी मुक्तपणे कुठलंतरी गाणं गुणगुणतो आहे.

असा हिंडत....हिंडत.....मी तळ्याच्या दिशेनं येत असताना-

'बचाऽव,.....बचाऽव!'

ए! 'बचाऽव' काय? हिंदी चित्रपटातील प्रसंग उचलला, तरी- हा हिंदीच चित्रपट नाही!- हे नको का लक्षात ठेवायला?

'वाचवाऽ.....कोणीतरी धावाऽ!'

भानावर येऊन....दचकून, पाहतो तर....

तळ्याच्या मध्यभागी एक सुंदर तरूणी!

जलपरी.....डुबतं कमळच वगैरेच जणू!

आता, या मुलीला पोहता येत नाही, तर ही पाण्यात उतरलीच कशाला?

आपण पाण्यात पडलो आहोत, हे तळ्याच्या मध्यावर येईपर्यंत समजलंच नाही का हिला? मुख्य म्हणजे ही मध्यापर्यंत गेलीच कशी?

तर....ती ज्या होडीत बसली होती, ती भोक पडून, तळाला गेली आहे! आणि नावाडी नव्हताच!

.....बास! झालं समाधान?

च्यायला! करंटा कोणीकडला! बुडणारी- ओलीकंच्च, सुंदरी तरुणी डोळ्यांसमोर आणायची, तर या अडचणीच डोळ्यांसमोर येतायत!

तर, हं-

तिला बुडताना पाहून मी तळ्याच्या दिशेने येतो. पाण्यात सूर मारुन, झपाझपा पोहत, तरुणीपाशी येतो.

पाच तोफांचे आवाज ऐकवण्यासाठीच जिवंत असलेल्या बाजीप्रभूसारखी, ती युवती तोपर्यंत शुद्धीवर असते. पाण्याशी कडवेपणानं लढत असते. माझा आधार मिळताच, ती बेशुध्द होते. सारं शरीर- आई गंऽऽ! माझ्या शरीरावर सोडून देते!

अर्थातच, मी तिला वाचवतो, काठावर आणतो!

एवढंसं स्वप्न मी सुरुवातीला निवडलं की, एकदम अवघड प्रयोग नको.

पण सवय नसल्याने, काय झालं- माहितीय?

स्वप्न आणि वास्तव दोन्हींची खूप गल्लत झाली! त्यात त्या हिंदी चित्रपटांच्या प्रभावाने मोलाचं वाटोळं केलं! निवडलेल्या या छोट्या प्रसंगातले, मी काही दिग्दर्शकाच्या सामर्थ्याने, ऐन वेळी, खूप बदल केले!

उदाहरणार्थ,

आपण बागेत फिरत असताना, अशी एक सुंदर तरूणी भेटणार आहे, हे आधीच ठरवलं असल्याने, मी अंगावर ठेवणीतला सूट घातला! पाण्यात तो ओला झाला तर घरी बायकोला काय सांगणार? म्हणून, तळ्याच्या काठी तो उतरवून ठेवून आरामात पोहायला पाण्यात शिरत असल्यासारखा- ट्रंकवर पाण्यात उतरतो!

तोपर्यंत, त्या तरुणीने तग धरला, म्हणून ठीक! बुडबुड - बुडबुड बुडूनच गेली असती - मग?

पाणबुड्या बनून, तिचं प्रेत वर काढायचं का?

मग काय उपयोग.....या सगळ्या यातायातीचा?

मनातल्या मनात- आपलं, स्वप्नातल्या स्वप्नात- हे सगळं निस्तरून, सपासप पोहत गेलो. त्या मुलीला हातांवर उचलून घेतलं आणि गुडघाभर पाण्यातून, चालत यायला लागलो!

- आहे, मूर्ख हिंदी चित्रपटाच्या प्रभावामुळे, एका रोमँटिक स्वप्नाचं कसं भजं होऊ शकतं- कळलं ना?

मध्यावर 'गुडघाभर' पाणी!

अन् मग, तिथपर्यंत मारे पाण्यात, सूर मारून, सपासप पोहत कशाला गेलो रे?

थबथबा उड्या मारत- पळतच नसतो का पोहोचलो?

आणि, ती येडी, गुडघाभर पाण्यात, गटांगळ्या का खात होती?

हॅऽत च्यायला!

स्वप्न निमूटपणे थोडं रिव्हर्स करून घेतलं.

तिला पाठीवर घेऊन, पोहायला लागलो.

पुढं काय झालं असेल - त्या स्वप्नाचं?

सांगतो.

स्वप्नाच्या प्रभावाखाली नसलेल्या वास्तववादी मेंदूनं ऐन वेळी आठवण करून दिली - लहानपणापासून, लेका, पोहायला शिकलासच कुठे तू? तुला पोहता येतं का तरी?

संपलं!

ती तरूणी बुडबुड-बुडबुड; मी बुडबुड-बुडबुड- बुडबुड-बुडबुड!

द्वंद्वगीताऐवजी द्वंद धावा- 'वाचवाऽऽ वाचवाऽऽ!'

-प्रसंग निवडताना ते आपल्याला पचतील, झेपतील असेच का निवडायचे- आलं ना लक्षात आता?

'हो-हो' म्हणून मान डोलवा तुम्ही; पण हे इतक्या चटकन लक्षात येत नाही. कळलं, तरी वळतंच, असं नाही.

आणखी एका प्रयत्नात मी वेगळाच घोळ केला.

म्हटलं, 'पाणी' हा स्वप्न बुडवणारा प्रकारच, स्वप्नाच्या आसपास- अगदी वीस चौरस मैलांतही नको! म्हणून, स्वप्नात येण्यासाठी एक उंच; पण झाडफुलांनी नटलेल्या डोंगराची नेमणूक केली. थोडं आव्हान....थोडी दमवणूक, यासाठी जरा दुर्गम वाटा, रस्ते त्यात निर्माण केले. की भेटणारी तरुणी दमलेली असेल...रस्ता चुकून तिच्या ग्रुपपासून सुटलेली असेल.....एखादं अवघड वळण पार करताना, पायाखालचा दगड फिरून, तिचा पाय मुरगळला असेल, नि आता सुजऱ्या, दुखऱ्या पायानं एक-एक फूट वर चढणंही तिला मुश्कील झालं असेल!

वा! क्या सीन है!

आता फक्त, काही हजार फूट वर चढूनही, नुकतीच चढायला सुरुवात केल्याच्या ताजेपणाने मी यायचं; तिची चौकशी करायची; तिला मदत करण्याची तयारी दर्शवायची!

माझा मदतीचा हात पुढे; तिला लुसलुशीत, कोवळा हात माझ्या हातात!

इथपर्यंत सगळं व्यवस्थित झालं हो, काही अडचण नाही आली. म्हणजे बघ चढण चढताना तिला इतक्या अपार वेदना व्हायला लागल्या, की शरीराचा संपूर्ण भार माझ्या अंगावर टाकून ऐन वेळा मदतीला धावून आल्याबद्दल लाडेलाडे आभार मानत ती मला चिपकून चढ चढत राहिली. शेवटी, तेही अशक्य आहे म्हणताच, मी तिला सरळ हातांवर उचलून घेतलं! तिनंही, लाजत, मुरकत.....माझ्या गळ्यांभोवती हातांची मिठी घातली. गोड गोड हसली पण!

अन, इथे - या क्षणाला तो सगळा घोटाळा झाला, बघा!

ती नुसती 'होती', तोपर्यंत ठिक होतं. काही प्रश्न आला नव्हता. पण आता, ती हसली! म्हणजे हे हसण्यासाठी तिला गाल हवेत. गाल नुसतेच कसे असतील? हिडीस अन भंपक नाही वाटणार का? म्हणजेच, चेहरा आला! तो मला दिसणं आलं!

आणि......

'बायको' खेरीज, साला, कोणा सुंदर तरूणीचा चेहरा तर, आपल्या स्वप्नात देखील यायला तयार नाही!

संपलं.....? नाही, म्हटलं संपलं का? - सत्यानाश!

आयला, त्या बायकोच्या ! अगं, स्वप्नात तरी नको की मागे लागूस!

तुलाच उचलायचं, तर त्यासाठी धापा टाकत....घामाने चिंब होत....पाय थरथरत....काही हजार फुटांची चढण कशाला चढायला हवी!

आणि - छे! अहो, ते सांगायचं राहिलंच!

तिचं वजन अडुसष्ट किलो आहे; माझं सहासष्ट किलो, दोनशेतीस ग्रॅम्स!

'स्वप्न' मटकन जमिनीवर बसकणच मारणार ना!

म्हणून म्हटलं.....एक दोन स्वप्नांत माणूस एकदम शहाणा होत नाही. योगासनासारखंच, हळूहळू सरावतो. अनुभवांतून हे शहाणपण शिकावं लागतं; आणि योगासनासारखंच, हळूहळू कंटाळत कंटाळत, माणूस स्वप्नांचाही नाद सोडून देतो!

या दोन भीषण अनुभवांच्या दहशतीमुळे-धसक्यामुळे, हाय खाऊन मी स्वप्नांचा नाद सोडला, असं तुम्हाला वाटत असेल, तर..... हँ-हँ-हँ-हँ!

तुमने मुझे पहचाना नही! हम वो नहीं जो....वगैरं!

या अनुभवांनी शहाणं होत, स्वप्नांच्या संदर्भात, मी दोन नियम मांडले. एक-प्रेमाबाबत, स्वप्नातही, निसर्ग क्रूर असतो! 'जमाना' परवडला, पण त्याचा हलकटपणा परवडत नाही! तेव्हा, पाणी.... डोंगर.... दऱ्या..... आकाश....असलं काहीही वेठीला पकडून, स्वप्नांच्या अपयशाची मुहूर्तमेढ रचायची नाही! आणि दोन - 'बायको' सोडून, खरोखर सुंदर चेहऱ्याच्या.... कमनीय बांध्याच्या तरुणी हुकमीपणे नजरेसमोर आणण्याचा प्रयत्न करायचा! त्यासाठी, भले श्रीदेवी, माधुरी, जूही.... ऊर्मिला..... रवीना....मनीषा कोणाही नट्यांचं साह्य घ्यावं लागलं, तरी बेहत्तर!

गेला बाजार, ती ही कोण उभट, उग्र चेहरा आहे, बघाऽ 'चोली के पीछे' वाली हो- हं, नीना गुप्ता! ती जरी सुंदरी' म्हणून स्वप्नात यायला तयार झाली, तरी घाबरून मागे हटायचं नाही; 'बायको'....ती स्वप्नातून हद्दपार होणं महत्त्वाचं!

खूप प्रयत्न करून, मग मी, आमच्या ऑफिसातला सेट-अपच स्वप्नासाठी पाचारण केला! ऑफिस आलं, तसा सगळा स्टाफ आला!

येऊ देत! तो साला, भडकमकर- जळक्या रवी दिक्षित - लुंगी चाळवत, गवाणकरबाईंच्या मागे-मागे फिरणारा स्वामी....सगळ्यांना स्वप्नात तरी कळू दे ना 'मी' काय चीज आहे!

आमचा बॉस! तो मट्ठ, हरामखोर, पाजी, ठोंब्या, जाड्या कटारिया! त्यालाही पाहू दे, एकदा, त्याला कटवून, नवं पाखरू माझ्या जाळ्यात कसं गुरफटतं!

या सेट-अपमध्ये दोष असा एकच, की आमच्या ऑफिसात युवती, तरूणी....यापेक्षा 'पुरंध्री' च जास्त आहेत. आणि त्या शतकापूर्वीच लग्नाळलेल्या आहेत! आपली बायको स्वप्नात नको, म्हणून कोण प्रयत्नांची पराकाष्ठा; इतरांच्या कोण स्वप्नात येऊ देणार!

एक दोघी आहेत तशा...कुमारी वगैरे. बऱ्या आहेत. दिसायला अगदीच काही 'हे' नाहीत. पण, मी बायको-पोरवाला आहे, हे त्यांना माहीत आहे. शिवाय, त्या कुठे ना कुठे एंगेज आहेत. म्हणजे, असणारच! 'एंगेज'

असणं, हे कुमारिकांचं एकमेव वैशिष्ट्यच असतं. आणि, तशा त्या नसत्याच, तरी एक बारीक अडचण अशी आहे की, त्यांच्या सौंदर्याबद्दल माझं जे मत आहे, तेच- त्याहूनही वाईटच कदाचित.....माझ्या सौंदर्याबद्दल त्यांचं आहे!

एवढं सांगायचे कशासाठी की, अशा अडचणी असतात! त्यांनी डगमगून जायचं नसतं. हात-पाय गाळायचे नसतात.

मार्ग शोधून काढायचा. उपाय शोधून काढायचा.

मी तेच करून पाहिलं!

न्यू अपॉइंटमेन्ट! नवी भरती!

म्हटलं, स्वप्नातच ती करायची, तर आपल्या हवी तशी तरी करू!

या आज-कालच्या मुली छे! ह्यांच्यापाशी डिव्होशन म्हणून नाही! नुसत्या ग्लॅमर आणि पैशांच्या मागे! आज त्यांना अमीरखान आवडेल, तर उद्या शाहरूख खानच्या मागे धावतील. नाना पाटेकर भेटला तर दोघांना टांग मारून, त्याच्या प्रेमात!

अन् या काय आपल्याशी प्रामाणिक राहणार?

त्यापेक्षा घरगुती....संस्कारी....साधी-सरळ मुलगी बरी! मुलाखतीतच ती एकदा आपल्यावर भाळली, तर इकडंच जग तिकडं झालं, तरी तिची निष्ठा ढळणार नाही!

असा सगळा विचार करून, स्वप्नातल्या इंटरव्ह्यूसाठी खास 'कु.रोहिणी सदाशिव अत्रे' या कॉमन नावाची मुलगी मी मनोमन रंगविली. नाकी डोळी नीटस, स्मार्ट; पण शांत, शालीन. थोडक्यात म्हणजे समजूतदार, सहनशील! तिला पाचवारी साडी नेसायला लावली. चेहऱ्यावर हलकासा मेक-अप करायला लावला. तिचा चेहरा 'बायको' सारखा दिसू नये, म्हणून पूर्ण खबरदारी घेतली.

अन् काय झालं?

मनातल्या अदृश्य संहितेप्रमाणे ही 'कु.रोहिणी' माझ्या केबिनमध्ये मुलाखतीसाठी आली. तिनं माझ्या अभ्यासू प्रश्नांची, तितकीच अभ्यासू उत्तरं दिली. तिच्या रूपगुणांवर आपण फिदा झालो आहोत, तशीच तीही आपल्या बुद्धिसामर्थ्यावर खूष झाली आहे, हे ओळखून, मी तिला कामावर

नेमून टाकलं. थेट पी.ए.च करून टाकली माझी!

इथपर्यंत सालं स्वप्नं सुरळीतपणे सरकायचं. त्याच्यापुढे, दहा-बारा स्वप्न जाऊनही, काहीच घडायला तयार नाही. प्रेमात प्रगती व्हायला तयार नाही!

मग, त्यातली मेख माझ्या लक्षात आली.

अरे, 'अशा' संस्कारांतली मुलगी. 'बॉस' च्या प्रेमात पडलीच, तरी ते ती मान्य करेलच कशी? आहे अशीच, पण तिला थोडं आधुनिकतेचं वारं लागलेली - अशी हवी ती!

त्याप्रमाणे, कॉम्प्युटरला सूचना फीड केल्या.

मग, ती तरातरा चालत, माझ्या केबिनमध्ये आली. माझ्या दिशेनं येत, मधाळ हसली.

'गुड मॉर्निंग,मनोहर!'

(मनोहर म्हणजे मी. खरा मी. माझंच नाव कागदोपत्री मनोहर आहे.)

'हाऽय रोहिणी!' मी आनंदाने, उत्साहाने सळाळत म्हणालो.

'क्यूट दिसतोय!' माझ्या अगदी समीप येऊन, माझ्या केसांची एक बट काढत, ती म्हणाली, 'ही बट जरा....हं! आता पर्फेक्ट!'

मी तिच्या कमरेभोवती हाताचा विळखा घालत, तिला खुर्चीच्या हातावर बसवलं.

'माझा राजा गं तो!'

कळवळून उदगारत, तिनं माझं डोकं स्वत:च्या छातीशी दाबून धरलं.

आणि.....आणि...

आणि, काय बरं?

हं- चिरलेल्या कांद्याचा वास....लसणीच्या फोडणीचा वास....शेपू....किंवा मेथीसारख्या कुठल्या तरी उग्र पालेभाजीचा वास.....'वनदेवी' छाप हिंगाचा वास....

बरोबर आहे, 'घरगुती' स्त्री ना! साडीला हे वास येणारच! हे वास येणारच!

अपरिहार्यपणे, 'कु. रोहिणी', पुढे आपण काय बनणार आहोत, याची

झलक दाखवत, बरीच सैलावली....,विस्तारली, चेहरा सोडून, थेट माझ्या 'बायको' सारखीच दिसायला लागली!

धिस इज मल्टी टाइम टू मच, ना?

- अं?

'प्रेम' म्हटलं, की 'बायको' च अनिवार्यपणे आठवणार असेल-तीच विविध रूपं घेऊन, असं स्वप्नातही दिसणार असेल, तर....

प्रेमाचा इतका अट्टाहास कशाला?

कशाला मला 'पाहिलं' म्हटलं की, 'प्रेम' हा शब्द आठवेल?

हं!'पहिलं' म्हटलं, की 'प्रेम' च आठवण्याइतकं काही माझं जीवन सर्वसामान्य माणसाइतकं सीमित वर्तुळातलं....संकुचित अनभवांचं नाहीये!

म्हणतात ना म्हणजे आणखी कोण म्हणतं, ते नाही सांगता येणार, पण आपण तर म्हणतो बुवा! की, 'कई और भी काम है। जिन्दगी में, मुहब्बत के सिवा!'

माझ्या दृष्टीनं माणसाचं आयुष्यातील जे जे म्हणून पहिलं-वहिलं, ते ते, प्रेमाइतकंच अविस्मरणीय असेल, नि पुन्हा, आठवण म्हणून कमी त्रासदायक! कारण, ते पुन्हा न घडणारं!

पहिल्या प्रेमाचं कौतुक सगळ्यांनाच, पहिल्या प्रेमभंगाचं मात्र 'प्रेमभंगी' सोडून, कोणालाच नाही. इतरांना तो नुसता ताप! प्रेमभंग लागून, तरूणाचा 'कवी' आणि माणसाचा 'इसम' झाला, तर त्याला पाहताच माणसं एकशे चव्वेचाळीस कलम लागल्यासारखे पसार होतात.

'मी तिजला वदलो-प्रेम तुजवरी माझे,
सखये, चल, सिनेमाला जाऊ;
सुहास्य-वदना, चंचल नयना, वदली-
'राजा, शेण नको खाऊ; तू तर माझा भाऊ!'

या कवितेच्या ओळींना तुम्ही हसा हवं तर; तुमचेच दात दिसतील! आपण तर नाही हसणार!

आपल्यासारखे लाखो असे असतील, ज्यांना या ओळीनं पुन:प्रत्ययाचा आनंद मिळेल.

पण...पहिल्या प्रेमापेक्षा, पहिला प्रेमभंग जरा त्रासदायक!

पहिल्या प्रेमासंदर्भातल्या आठवणींमध्ये एक पावसाळी हुरहुर असते. एक छान पर्व लयाला गेलं; पण ते पर्व लयाला जाण्यासाठी का होईना कधी काळी, खुद्द आपल्या आयुष्यात निर्माण झालं होतं. याबद्दलची एक अखंड कृतज्ञता मनात तेवू शकते!

प्रेमभंगाबद्दल सर्वांत तापदायक जर काही असेल तर ते हे की, तो निश्चित ठरवण्यासाठी, पहिलं खरं प्रेम ठरवावं लागतं!

माझं आशूवर प्रेम होतं; पण विचारलं, तर तिचं कल्पेशवर होतं; माझ्यावर नाही ही तर प्रेमाची भ्रूणहत्या झाली; प्रेमभंग नाही काही! पोरगी 'हातची गेली', म्हणून वाईट वाटणं वेगळं! काय? त्यालाच प्रेम-भंग समजण्याची चूक, आपल्यासारख्या अनुभवी माणसाला तरी अपेक्षित नाही!

कालांतराने, 'आशू साली तसलीच होती! बरं झालं- आपण सुटलो!' असं वाटून, तुम्हाला कोणा 'वंदना' बद्दल तेच, तसंच प्रेम वगैरे वाटायला लागतं की नाही? मग, आशूच्या संबंधातल्या प्रेम-भंगाचा प्रश्न येतोच कुठे?

हे त्रांगडं असतं प्रेमभंगाचं! काही दिवस मलेरियासारखं झपाटून, एक आकर्षण नष्ट होतं; हळूहळू आजारपण जायला लागतं की नव्या प्रेमाचा साक्षात्कार होतो! करता करता, शहाणपण येतं. माणूस विवाह बंधनात अडकून पण जातो; तर खरा प्रेमभंग होत नाही, तो नाहीच!

त्यापेक्षा, इतर कोणतेही पहिले अनुभव कसे खणखणीत असतात! तिथे म्हणजे शंकेला वगैरे जागाच नसते, बघा! इतकंच, की ते आठवायलाही अप्रिय आणि भीतीदायक असल्यानं, माणूस मनाच्या एकांत पातळीवरीही ते आठवू इच्छित नसतो! मग धाडसानं, ते कोणाला सांगणं तर दूरच!

'मंडईत खूप गर्दी होती. एक पैलवान भाजीवाला, उपरण्यावर पालेभाज्या ढीगच्या ढीग रचून एकटाच आरडाओरडा करीत, भाज्यांच्या गड्ड्या विकत होता. मला वाटलं- एवढ्या गर्दीत त्याच्या काय लक्षात येतंय!....उचलल्या दोन गड्ड्या अन् टाकल्या पिशवीत! निघालो तसाच पैसे न देता! पण, त्या बिनडोक पैलवानानं- साल्यानं - मला गड्ड्या पिशवीत टाकताना पाहिलं होतं! सगळा माल सोडून माझ्या मागोमाग आला.

माझं बखोट धरलं. पिशवीतून खस्सदिशी गड्ड्याच हिसकावून घेतल्या! तोंडानं अश्लील शिवी हासडत, खणकन् कानाखाली एक लावून दिली!

हा समजा चोरीचा किंवा मार खाण्याचा पहिला अन् शेवटचा अनुभव असेल; तर कोणत्या सभ्य माणसाला तो मोठेपणी आठवावा वाटेल?

आता, ती आठवण देखील अप्रिय खरी; पण....'पहिली' चोरी- 'पहिलं' मार खाणं, म्हणून, त्यातही काही थ्रिल असेलच, नाही?

आपल्या आयुष्यातील अशा संस्कारविरोधी, लाज आणणाऱ्या घटना कायमच्या लपवून ठेवणं, यावरच समाजाचं पांढरपेशेपण अवलंबून असतं! तुम्ही काय शेण खायचं ते खा, त्याला आमचा विरोध नाही. पण समाजमान्य असे जे वर्तन नसेल, ते तुमच्या हातून मुद्दाम वा चुकून झालं असेल, तर ते अनुभव म्हणूनसुद्धा दुसऱ्याला सांगू नका.

वृत्ती, वा कृती - शुभ्रतेवर भर असण्यापेक्षा आचारसंहिता मनापासून पाळावी वाटण्यापेक्षा 'लपवणं' हेच आपल्या संस्कृतीचं मूळ प्रतीक आहे की काय, असा भास निर्माण होण्याइतपत आपल्या सामाजिक आचारांत व प्रकट विचारांत तफावत आहे!

असो. हा विषय वेगळा आहे. इथे मात्र इतकीच हळहळ व्यक्त करावी वाटते, की या चोरटेपणामुळे - बंधनामुळे - झाकून टाकण्याच्या पद्धतीमुळे - आपण कितीतरी छान छान अनुभवांना मुकतो! त्यातलं मथित आपल्यापर्यंत पोहोचू शकत नाही!

एक, 'पहिलं खोटं बोलणं' घेतलं, तरी या पहिलेपणाचं कितीतरी पैलू आपल्याला पहायला सापडतील! अत्यंत संस्कारक्षम अशा कोवळ्या वयात, मोठी माणसंच, लहान मुलांना कसं खोटं बोलण्याचे धडे देतात, ते अभ्यासण्यासारखं असेल. निरागसपणे सर्व 'सत्' वर विश्वास असणाऱ्या मुलांचा खोटेपणाशी असा सक्तीने सामना होतो, तेव्हा त्यांच्या भावविश्वातली होणारी उलथा-पालथ करुणरम्य असेल. हे खोटेपण स्वीकारतानाची त्यांची मानसिक धारा मानसशास्त्रीयदृष्ट्या महत्त्वाची असू शकेल.

शमनापेक्षा, दमन-प्रवृत्तीचा मार्ग हाताळावा लागत असल्याने, संपूर्ण समाजच एका नैसर्गिक निचऱ्यालाही मुकतो. मनात सारं साचत रहातं. थरांवर

थर बसत राहतात आणि यातून चमत्कृत, विकृत माणूस जन्माला येतो - तो आपला समाज!

म्हणून, मला आपलं वाटतं - पहिल्या प्रेमालाच इतकं लाडवून ठेवण्यापेक्षा, सगळे पहिले अनुभव समाजाने, समाजाला मुक्तपणे सांगावेत. दडपून टाकण्यापेक्षा, त्यांचा अभ्यासासाठी वापर करावा. मन मोकळं करावं. जे असेल ते वास्तवाच्या पातळीवर स्वीकारावं. वाईट, हानिकारक, ते-ते समूळ सकारण नष्ट करावं. त्याचं वाईटपण अनुभव कथनांतून पुढच्या पिढीली पटवून द्यावं.

अगदी,'बलात्कारा' सारखा घृणात्मक प्रकार असला, तरी बलात्काराच्या बातम्या होणं नि खपासाठी त्यांचे स्पेशल इशू निघणं - त्यावर गटागटाने चर्चा करणं.....यापेक्षा, त्यातील आरोपीच्या सभोवतालची परिस्थिती....त्याची मानसिकता....त्याच्या विकृती....बलात्कार-संदर्भातली त्याची पूर्वीची मनोभूमिका आणि नंतरची त्याची मन:स्थिती....यावर देखील, आरोपीला सामील करून घेऊन, मुक्त चर्चा झाल्या- अभ्यास झाला - त्यावरील अनुमान, निष्कर्ष आरोपीला पटवून देता आले तर, समाजातली ही विकृत वृत्ती देखील हळूहळू समूळ नष्ट होऊ शकेल! असं पुनर्वसन झालेला आरोपी अधिक पारदर्शी जीवन जगू शकेल. त्याच्या हातून अश्लील वर्तन होणं तर सोडाच, पण कदाचित, या चळवळीचा तो क्रियाशील क्रार्यकर्ताही होऊन जाईल!

अर्थात, हे सोपं नाहीयं म्हणा! माझ्या या म्हणण्याचा आताच चुकीचा अर्थ लावला जाण्याचीही शक्यता मी नाकारीत नाही!

लग्नाच्या बायकोसमोर, पूर्वायुष्यात एखाद्या मुलीची केलेली फसवणूक कबूल करून, पश्चाताप व्यक्त करायला न धजावणाऱ्या सभ्य समाजधारेचे बुडबुडे आपण पैशांच्या व्यवहारात, पाच वर्षापूर्वी एखाद्याला रीतसर फसवलं असेल, तर दोष माथी येऊ नये, म्हणून पाच वर्षांनीही आपण आपल्या कृतीचं खोटं समर्थन करणार! त्यासाठी, दुसऱ्यांवर खरं - खोटं सिद्धच न होणारे आरोप, त्याच्या अपरोक्ष, गुप्त चर्चांमधून करणार!

आपण कसले प्रखर वास्तवाचा स्वीकार करतो!

एनी वे....

यातला गंभीर भाग आपण सोडून देऊ; पण एकूणच्या 'पहिल्या' धारेची मजा कळली आहे का तुम्हाला?

मला तर कळलीय बाबा! मी आता, माझ्यासाठी एक प्रश्नावली तयार करायला घेणार म्हणतो!

श्रीयुत मनोहर.....आपण जन्माला येऊन मूर्खपणा केला, हे पहिल्यांदा केव्हा जाणवलं तुम्हाला?

तुमच्यापेक्षा दुर्बल....असहाय मुलाला, कोपऱ्यात गाठून तुम्ही कधी बुकलून काढलंय का? त्या वेळी तुम्हाला काय वाटलं?

अतिशय घाबरून, तुम्ही कधी मारामारीतून पळून गेला आहात का?

पुढच्या मुलाच्या पेपरात बघून उत्तरं लिहिण्याच्या पहिल्या प्रसंगी....वेल, वेल! या प्रश्नावलीत 'चांगलं काही नाहीये. कारण, ते नि तेवढंच आपण सांगत असतो! परंतु, या प्रश्नावलीच्या झेरॉक्स कॉपीजच काढतोय!

एक तुम्हाला पाठवू?

त्यातला शेवटचा प्रश्न हा असेल-

एक भंपक माणूस स्वतःच्या पदराला चाट लावून, या प्रश्नावल्या वाटतो- हा तुमचा 'पहिला' अनुभव असेल! या अनुभवाबद्दल तुम्हाला काय वाटतं?

❐ ❐ ❐

९. समाधी 'साधन'

इतर कशात नसेल... पण एका बाबतीत आपला महान भारत जागतिक क्रमवारीत शतकानुशतंक पहिला असेल.

महाराजगिरी!

भारतातल्या कोणत्याही गावात दर चौरस मैलात, कोणाचा ना कोणाचा अनुग्रह असलेले एक सत्पुरुष असतात. दर गावाला गेला बाजार, दोन-पाच तरी महाराज लाभतात.

आपला देश महाराज एक्सपोर्ट करतो, किंवा त्यांचे देशोदेशीचे शिष्य तरी इम्पोर्ट होतात! बिनभांडवली, सर्वांत किफायतशीर नि अत्यंत आदरसन्मान मिळवून देणारा हा एकमेव उद्योगधंदा आहे. मात्र त्यासाठी माणसाला लहानपणापासून थोडं चाकोरीबाहेरील जीवन जगावं लागतं. आपण कोणत्याही सर्वसामान्य पातळीपेक्षा वर आहोत, आणि लोकेद्धार हे परमेश्वराने आपल्यावर सोपवलेलं जीवितकार्य आहे- हे सश्रद्ध, अंधश्रद्ध, भोळ्या जनतेला पटवून द्यावं लागतं. ते एकदा पटलं की राजकारणात शिरलेला माणूस जसा शेवटपर्यंत राजकारणीय रहातो, तसं नंतर तुम्ही काहीही केलंत... कसेही वागलात, तरी तुम्ही 'महाराज' म्हणूनच जीवन जगता. 'महाराज' म्हणूनच देह ठेवता. अवतारकार्य संपविता!

पूर्वी साधू आणि महाराजांचं जीवन बरंच खडतर असायचं. पत्नी.... संसार... मुलं-बाळ... अशा क्षुद्र ऐहिक सुखांना त्यांना

तिलांजली द्यावी लागायची. पण आजकालच्या इन्स्टंट जमान्यात तुम्हाला तेवढंही करावं लागत नाही! पत्नीचाच काय, तुम्ही 'महाराज' म्हणून दुसऱ्याच्या पत्नीला उपभोग घेतला तरी ती स्वत:ला धन्य मानते! तुमची पॉवर सर्वच बाबतींत तेवढी वरचढ असेल, तर तुम्ही देशोदेशींच्या शिष्यगणांतून अशा खास 'कृपा-प्रसाद' लाभलेल्या शिष्याही बाळगू शकता! तुमच्या वकुबानुसार त्यात उच्चपस्थांच्या स्त्रिया... खादानी श्रीमंत बायका... उद्योगपतींच्या घराण्यातल्या मुली नट्या... अशा शिष्यांचाही अंतर्भाव असू शकतो.

'महाराज' गिरीचे सर्व ढंग मात्र तुम्हाला खानदानी इज्जतीने सांभाळता आले पाहिजेत इतकंच! ते तंत्र एकदा अवगत झालं तर राजकारणावरही तुम्ही आपला होल्ड ठेवू शकता, इतकं ते फलदायी असतं!

उदाहरणार्थ... अं... हं... जसं ते आबामहाराज सरनाईकांना जमलं आहे!

आबामहाराज तुम्हाला माहितीयत ना?

नाही....? कमाल आहे! अहो, निम्म्या पुण्यातल्या चतकोर-चतकोर गल्ल्यांना ते माहितीयेत म्हटलं, तरी किती होतात?

आणि नुसतं पुणं नाही काही, मुंबईतही त्यांचे शिष्य आहेत. देश-विदेशांतही भक्त आहेत!

माझ्या मागोमाग आधी, मी सांगतो ते म्हणा. मग त्यांच्या अमृत जीवनाबद्दल मी चित्रवजा आठवणी तुम्हाला सांगून तुम्हाला पावन वगैरे करीन!

अं, म्हणा...

'सकल, शिष्यवत्सल, भक्तोद्धारक, सद्गुरूनाथ स्वामी आबामहाराच की जय! नाथ संप्रदायातील नाथांप्रमाणेच, आबामहाराच डुकराच्या कानातून, वा गाढवाच्या लोळीतून जन्म घ्यायचे; पण अज्ञानी लोक घाबरतील... हे काय जन्माला आलं, म्हणून आपलं अवतारकार्यच संपवतील, म्हणून ते आपलं सुभद्राबाईंच्या पोटी जनरीताप्रमाणेच जन्माला आले...! जनरीतीप्रमाणेच त्यांचं बारसं वगैरे करून, त्यांच्या आईनं त्यांचं नाव चांगलं, लंबोदर असं गणपतीचं ठेवलं. घरातल्या मोठ्यांनी आणि आसपासच्या नतद्रष्ट पोरांनी त्या नावाचं 'लंबा... लंब्या...' असं भ्रष्ट रूप प्रचारात आणलं, मोठेपणी लंबानं चाणाक्षपणे

त्याचंच 'आबा' करून घेतलं, ती गोष्ट वेगळी. पण लहानपणी तरी त्यांना सगळे लंब्याच हाका मारीत. आबामहाराजही निरीच्छपणे त्या नावाला 'ओ' देत असत.

लंबा हा सरनाईक घराण्यातला सर्वांत मंद, मद्दड नि मठ्ठ मुलगा आहे, असं त्यांच्या आई-वडिलांसकट सर्वांचंच मत होतं, पण ते नक्कीच अज्ञानावर आधारित असणार! कारण लंबा, तासनतास एका जागी ढिम्म बसून राहायचा. कोणी कोलांट्या उड्या माल्या, तरी त्याचं चित्त विचलित व्हायचं नाही. खुद्द माकडांच्या माकडेचेष्टांनाही तो खदखदून हसायचा नाही. पण खुद्द जगन्नियंत्यानं सुभद्राबाईंच्या पोटी जन्म घेतला असेल, तर महाराज बालवयातही चिंतनातच मग्न असणार! माणसांच्या असल्या क्षुद्र चेष्टितांनी करमणूक करून घेण्यासाठी त्यांनी मर्त्य अवतार धारण केला होता की काय?

बालपणीच्या याच उदास वृत्ती महाराजांनी शालेय शिक्षणातही त्याच प्रामाणिकपणे पाळल्या. विश्वाची गणितं लीलया सोडविणारा अवतारपुरुष तो, त्याला पेरू व तोटीच्या तासांची गणितं सोडविण्यात काव स्वारस्य बरं! नंबराच्या बाबतीतही लंबा कश्री आधाशीपणे चढाओढीत नसायचा. अगदीच उदासी महाराजांचा नंबर सत्तावन्नावा आला की खुशाल समजावं... वर्गात अठ्ठावन्नावा मुलना नाही! एकदाच, अपवाद म्हणून देवलीलेनं त्यांचा नंबर एकूण पन्नासावा आला होता. आणि वर्गात पन्नास मुलं होती. पण त्यात लंबाचा दोष नव्हता. गव्हाणे नावाचा मुलगा ऐन वेळी आजारी पडल्याने परीक्षेला बसला नव्हता.

लहान वयातही महाराजांची स्थितप्रज्ञता वाखाणण्यासारखी होती. याही वर्षी पुन्हा दुसऱ्या इयत्तेत बसू म्हणता?... बरं, तसं!

'सातवी' हे सातवी-सातवी असं त्रिवार सत्य आहे का? असो, आम्ही ते त्रिवार स्वीकारू!

गुरुजनांचा अनादर म्हणून करायचा नाही! अन्यथा त्रिकालाचं ज्ञान असलेल्या महापुरुषाला वयाच्या पाचव्यावर्षी इंजिनिअर... डॉक्टर... वकील... असं काही होणं अश्कय होतं म्हणता!

त्याचं असं आहे... वेळ यावी लागते. प्रत्येक गोष्टीची वेळयावी

लागते. अवतार-कार्य सुरू करण्याची वेळ येत नव्हती. म्हणून महाराज आपले या लीला करीत होते!

आणि अवघ्या गजाचंच उद्धार कार्य ते! एवढ्या मों्या कालामापनात पाच-सात वर्षं इकडे-तिकडे! काय?

म्हणजे बघा... अशा लीला करीत-करीत महाराजांनी साडेपस्तीस टक्क्यांनी तिसऱ्या वर्गात मॅट्रिक पास होण्याची शेवटची शालेय लीला केली. तेव्हा त्यांच्या बरोबरची मुलं डिगऱ्या घेऊन नोकरी-धंद्याला लागली होती! ठीक आहे; पण आज महाराजांची जी किर्ती आहे, जे नाव आहे, ते आहे का एकापाशी तरी?... मऽग?

महाविद्यालयात जावं, अशी आबामहाराजांची इच्छाच नव्हती. त्यांच्या घरच्यांची तर त्याहून नव्हती. त्यांच्या वडिलांनी त्या सत्पुरुषाला नोकरीच्या घाण्याला जुंपण्यासाठी जंग-जंग पछाडलं. मनात असतं तर महाराज काय, आपला प्रभाव पाडून कुठेही नोकरीला लागू शकले असते. पण त्यांच्या मनात गरीब माणसांविषयी कळवळा होता. पैकी कोणा गरिबाला आपला सत्संग लाभावा व त्याची जन्म-मरणाची येरझार संपावी, या उदात्त हेतूने त्यांनी एका गरीब शिंप्याच्या दुकानात हरकाम्या म्हणून नोकरी पत्करली! या शिंप्याची एक कन्या मतिमंद होती. तिच्यावर अनुग्रह करण्याची पहिली आज्ञा आबांना अज्ञातातून झाली. त्यानुसार त्यांनी तिचा देह चांगलाच उजळून दिला. आणि तिथून ते आपल्या आजोळच्या गावी, मामाच्या शेतीचं कल्याण करायला निघून गेले.

या गावी उदासीनता वर्तत असतानाच, आबांना भजन-कीर्तनाचं वेड लागलं. दिवसभर शेतात राबून ते रात्री भजनांना जायचे. अशातच आतून आज्ञा झाली. तुझं जीवितकार्य सुरू कर! आणि पाहता-पाहता आबा अबोल सत्पुरुष म्हणून नावारूपाला येऊ लागले. ते असंबद्ध काही बोलायचे, त्यातून लोक अर्थ काढू लागले. ते असंबद्ध काही बोलायचे, त्यातून लोक अर्थ काढू लागले. हळू-हळू लोक त्यांच्या दर्शनाला येऊ लागले. येताना अडचणींबरोबरच फळाफळावळ, मिठाई व दक्षिणा आणू लागले. भोवती त्यामुळे शिष्य-परिवार जमू लागला.

आबा महाराजांना हे खूपच आवडलं. ते आसपासच्या गावातील भक्तांची आमंत्रण स्वीकारू लागले. त्यांची कीर्ती वाढत-वाढत शहरापर्यंत पोहोचली. शहरातली गरीब-श्रीमंत माणसे त्यांच्याकडे आपल्या समस्या घेऊन धावू लागली.

गावाकडली माणसं तशी अडाणी. त्यांचं जीवन साधं, तशा त्यांच्या समस्याही साध्या. त्या मानाने शहरातील धनिकांच्या समस्या जटील. म्हणून एका धनिकाने आबांना शहरात जागा देण्याची दर्शविताच 'विश्विचि माझे घर' या विचाराने आबामहाराज शहरात दाखल झाले.

तिथे तर त्यांना स्वतःच्या प्रसिद्धीसाठीही काही लागलं नाही! त्यांच्या भक्तांनी ती आधीच करून ठेवली होती. त्यांच्या चमत्कारांच्या सुरस हकिकती स्वत: महाराजांनाही माहिती नव्हत्या, त्या शहराला माहीत झाल्या होत्या! कोणा भक्ताला खोटं ठरवून दुखवायचं नाही, म्हणूनच केवळ, महाराजांनी त्या जमत्कारांवर हसून मौन पाळलं होतं. ते स्वीकारलेही नव्हते, वा नाकारलेही नव्हते!

मध्यंतरी खूप मोठा काल गेला.

आता आबामहाराजांच्या लीलांचा दुसरा टप्पा सुरू होतो.

उण्यापुऱ्या दोन तपांच्या या कालात आबामहाराज आता स्वामीपदाला पोहोचले आहेत. बऱ्याचदा त्यांनी उन्मनी अवस्थाच असते. तीही त्यांचे तयार झालेले पुत्र- तेच त्यांचे पट्टशिष्यदेखील आहेत- सांगतात, म्हणून भक्तांना कळतं, अन्यथा, या अवस्थेबाबत त्या अज्ञानी भक्तजिवांना काय कळणार?

महाराजांना जीवनातील कोणत्याच अवस्थेबद्दल आसक्ती नाही. कोणत्याही अवस्थेकडे ते तटस्थपणेच पाहतात. कोणतीही स्थिती निर्लेपानं स्वीकारतात. त्याचसाठी आई-वडिलांच्या इच्छेसाठी त्यांनी स्वत:ला विवाह बंधनात अडकवून घेतलं आहे. जी भूमिका स्वीकारली तिला पूर्र न्याय देणं, हे त्यांच्या स्वभावातच असल्याने त्यांच्यापासून त्यांचा सौभाग्यवतीला - म्हणजे, मासाहेबांना - पाच मुलगे व दोन मुली झाल्या आहेत. हे पाचही मुलगे कुलाचे उद्धारक निपजले असून, ते महाराजांचे सर्व व्यवहार पाहतात. दोन्ही जावई पण महाराजांचे पट्टशिष्य झाले आहेत.

म्हणताना काही कुचाळ असं म्हणतात की 'मुलांनी व जावयांनी मठाचा आर्थिक ताबा घेतला आहे! पैसा जास्तीत जास्त मिळवून, तो निरनिराळ्या ठिकाणी गुंतवण्याकडे त्यांचा कल आहे. या सातांनी मिळून मठाचा आणि महाराजांचा पार धंदा करून टाकला आहे!' पण त्यात काही तथ्य नाही. माणसाची कीर्ती देश-विदेशी पसरू लागली, की गुप्त हितक्षत्रू अशा अफवा पसरवणारच!

तुम्हीच सांगा... पैशाचा ओघ मठाकडे वाहत असेल, तर त्याची काहीतरी व्यवस्था पहायला नको? या कार्यासाठी प्रत्येकाला धावपळ करायला कार हवी. जीप हवी. कोणाला कामासाठी पिदडायचं असेल तर स्कुटीच हव्यात. महाराजांची नातवंड काही 'डून' स्कूलला आहेत.

काही परदेशात शिकतायत... त्यांच्या शिक्षणासाठी पैसा हवा. आपण गोरगरिबांसाठी 'पाणपोई' उघडतो... 'अन्नछत्र' घालतो... श्रीमंतांसाठी हे कार्य कोणी करायचं? ते का अन्नछत्रात जेवणार? अन्नदानाचं पुण्य लाभावं या पवित्र हेतूने महाराजांच्या दोन्ही जावयांनी हॉटेलं टाकलीत. श्रीमंत माणसं तिथे येतात. फुकट खाऊ नये म्हणून, बिलानुसार पैसे देतात. पण... अन्नछत्रच की ते एका प्रकाराचं!

कोणीतरी हलकटपणा करून मध्यंतरी इन्कमटॅक्सवाल्यांना 'मठाच्या उत्पन्नाची व महाराजांच्या संपत्तीची चौकशी करा.' म्हणून फोन केली!

येऊन गेले ते! काहीसुद्धा सापडलं नाही. तीच माणसं अधून-मधून कधीतरी भक्त म्हणून येतात. महाराज दती, ते 'प्रसाद' म्हणून घेऊन जातात.

बेहिशेबी काही असतं, तर इन्कमटॅक्स ऑफिसने मठावर खटला नसता का भरला?

आणि ते मरो! मुलांचं मुलांपाशी! आपण आपलं आबामहाराजांकडे पाहावं!

आबा प्रवचनं करतात, तर ती ऐकायला कुठनं-कुठनं लोक येतात, त्यांच्या प्रवचनांच्या कॅसेट्स निघतात. काही वेळा मात्र ऐन प्रवचनातही ते गप्प होतात. वेगळंच काही असंबद्ध वाटणारं बोलतात. भक्त म्हणतात, आपली पात्रता नाही, म्हणून त्याचं सगळं बोलणं आपल्याला कळत नाही!

अन् ते खरंही असावं. अश्रद्ध पापी माणसं अपप्रचार करतात, तसे महाराज निर्बुद्ध व थोतांड असते तर मोठेमोठे राजकारणी, उद्योगपती त्यांच्या नादी लागले असते का? अमेरिका, इंग्लंडसारख्या देशांत त्यांना शिष्य मिळाले असते का?

भारतीय संस्कृती, भागवत धर्माचा प्रसार व लोकोद्धाराच्या निमित्तानं महाराज अर्धं जग हिंडले होते. निरनिराळ्या देशांत त्यांनी आपले शिष्य निर्माण केले होते. मठ स्थापन केले होते.

आता, हे शिष्य नेमकं काय करतात? त्यांचे उद्धार झाले का? महाराजांनी मठ स्थापन केले, म्हणजे नेमकं काय केलं? या मठांचा उपयोग काय?

महाराज विषद करून सांगू शकतील. पण त्यांना ते सांगावंसं वाटत नाही. त्यांच्या मूळ गुरूंनी त्यांना त्याबाबत मौन बाळगायची आज्ञा केली आहे, म्हणे!

पण म्हणून कोणी हिंपुटी मानव असा आरोप करेल, की महाराज परदेशात गेलेच नाहीत! तर ते मात्र खोटं आहे. त्यांच्या मुलांनी त्यांच्या विदेश भेटीच्या फोटोंचे अल्बमच तयार केलेत. बातम्यांची कात्रणं फाईल केलीयत.

'महाराजांना मराठी सोडून अन्य कोणत्याही भाषा सफाईने बोलता येतच नाहीत! तर परदेशात ते प्रसार कसा करणार' असा खोडसाळ प्रश्न एका पत्रकाराने खुद्द महाराजांनाच एकदा भर दरबारात केला होता.

याला म्हणतात... हात दाखवून अवलक्षण ! अरे, मनाने मनाशी संपर्क साधण्याची कला अवगत असलेल्या महामानवाला शब्दांचं काय रे! पण महाराजही काही कमी नाहीत! अनेक भाषांचं मिश्रण करी, त्यांनी पत्रकारांच्या तोंडावर वीस-पंचवीस वाक्यं अशी फेकली की पुढे कित्येक दिवस तो पत्रकार एकही भाषा शुद्ध बोलूच शकत नव्हता, म्हणे! नुसतं आबामहाराजांचं कोणी नाव काढलं तरी त्याचं व्याकरण त्याला सोडून जायचं!

पात्रता तरी आहे का आपली त्यांच्या चुका काढण्याची? उंटाच्या गाडीचा मुका घेताना, आपल्या उंचीचा विचार करायला नको? तो केला नाही की हे असं होतं!

आणि काय आहे, की असंबद्ध बोलण्याची अन् मध्येच बोलणं सोडून समाधी अवस्थेत जाण्याची तपश्चर्याही महाराजांना परदेशात उपयोगी पडणारच की! जगाच्या पाठीवर माणसं इथून-तिथून सारखीच. मराठी माणसं त्यांच्या असंबद्ध वाक्यांचा मराठीत अर्थ लावायचा प्रयत्न करतील, तर इंग्रजी माणसं तो इंग्रजीत लावत बसतील.

काही विचारायची सोय नाही पुन्हा! तुमचं तुम्ही लावून घ्या! सारखं विचारायला लागतात, नि क्रुद्ध होऊन महाराजांनी बोलणंच बंद केलं, किंवा काठीने ताडकन मारलं; तर काय करणार? पुन्हा येऊच नकोस म्हणून घालवून दिलं... आत्मोद्धाराचं काय?

महाराज वयोमानाने रा चमत्कारिक, तापट, तिरसट वगैरे झालेत, हे खरंच. पर सतत लोकांच्या कल्याणासाठी झटणाऱ्या, त्यांची पापं दूर करणाऱ्या, कोणीही सत्पुरुषाचं असं होतंच! ते मधेच मठ सोडून पळून जातात, अचानक केव्हातरी मुंबापरीच्या एखाद्या असभ्य हॉटेलात, शृंगारिक नृत्य पाहताना सापडतात... त्यांच्या बाबतीत काहीही अशक्य नाही! पण त्यांच्या मनात काय असतं, हे आपण पामर कसं ओळखू शकणार?

असं काही घडलं की मुलं आणि जावई धावपळ करून, त्यांना बरोबर शोधून आणतात. अशा वेळी परत आलेले महाराज खूप रागावलेले असतात. चिडचिड, आदळआपट, शिवीगाळ करतात. मुलंच सांगतात म्हणून भक्तांना कळू तरी शकतं. कोणा भक्तांचे पापांचे भोग महाराजांनी स्वतःवर घेतले की, त्यांना ते 'असे' भोगावे लागतात!

न सांगता, लोकांना काय ओळखता येणार नाही का? खुलासा झाला नाही तर लोकांना आपलं वाटत राहणार...

-महाराज आणि... दारु व नाच? तोही 'असा'?

महाराज तसे, लहर लागली तर सिगारेट देखील ओढतात! पण सगळ्यांना आता माहित झालंय की ते लोकांची दुःख, कष्य आत घेतात. आणि त्या कष्टांच्या मुक्तीचा धूर होऊन त्यांच्या नाका-तोंडातून बाहेर पडतो.

सगळे शिष्य आरि भक्त तसे चांगले आहेत. समजूतदार आहेत. महाराजांच्या लहरी नि विक्षिप्तपणा ते सांभाळून घेतात. महाराजांच्या एकाच

दमबाजीनं त्यांच्यात हाहा:कार माजतो. म्हणजे आता नाही, पहिल्या-पहिल्यांदा फार कहर झाला होता.

महाराजांचं प्रवचन चाललं होतं. तसं ते एकसंध नसतं. त्यामुळे त्यांना कंटाळा येत नाही. मध्येच बोलणं थांबवून भक्तांना ते पंधरा-पंधरा मिनिटं 'दिगंबरा... दिगंबरा श्रीपाद वल्लभ दिगंबरा' असं भजन म्हणायला सांगतात! कधी 'अवधूत चिंतन श्री गुरुदेव दत्त' चा जयघोष दुमदुमत राहतो. तेवढ्यात महाराज कुठेतरी जे जातात ते त्यांचा मुलगाच एकदम सांगायला येतो... 'महाराज समाधीत गेलेत. तुम्ही आता या!' एकदा तर इकडे भजन चालू आणि हे गेले निघून एस. टी. ने सोलापूरला! तिथून गाणगापूरला किंवा अक्कलकोटला गेले असतील म्हणून शोध घेतला तर परतीच्या प्रवासात हे चौफुल्याच्या तमाशात थेटरात मुक्काम केलेले सापडले!

तर, ते असो! हाहा:कार कसा माजला, ते मी सांगत होतो.

प्रवचन चाललेलं बोलता बोलता महाराज थांबले. त्यांच्या डोळ्यांतून अश्रूंच्या धारा सुरू झाल्या! सगळे आपले, 'काय झालं?' म्हणून गंभीरपणे पाहू लागले. काहींना तर, काहीही माहीती नसून, महाराज रडतायत... याचंच वाईट वाटू लागलं. ते त्यांच्या जोडीनं रडू लागले. हात वर करून, सर्वांचं सांत्वन केल्यावर आबा म्हणाले,

'रडू नका, वाईट वाटून घेऊ नका. जो जन्माला आला. तो मरणारच. सृष्टीचा नियमच आहे हा. आमच्यासारखी माणसं फक्त मरण येण्याची वाट पाहात जगत राहात नाहीत. अवतार-कार्य संपलं की ती स्वत:हून जगाचा निरोप घेतात!'

लोक आणखीनच गंभीर होऊन ऐकू लागले. त्यांची मुलं धडपडून डायसच्या दिशेनं धावली. कारण आतापर्यंत गीतेतील प्रवृत्तीवर भाष्य करणारे आबा एकदम निवृत्तीवर का घसरले होते! त्यांच्या मेंदूत नक्की काहीतरी सॉलिड गोची वळवळली होती. पण इतक्या भक्तांसमोर त्यांना त्यांच्या बोलण्यापासून कसं परावृत्त करायचं ते न समजल्यानं मुलं नुसतीच चडफडत, त्यांचं बोलणं ऐकत राहिली.

'आमचं अवतार-कार्य संपत आल्याची जाणीव आम्हाला आमचं अंतर्मन

करून देतंय! मूळ स्वरुपात विलीन होण्याची आत्म्याला ओढ लागलीय! त्यासाठी हा नश्वर देह, त्याचा त्याग करणं आवश्यक आहे! हळूहळू, पाश तुटत चाललेत.'

एवढं बोलेपर्यंत महाराजांचा कंठ दाटून आला. त्याचा फायदा घेऊन एका मुलाने भक्ताकडे पाहून नामगजराची खूण केली. सभागृह 'दिगंबरा दिगंबरा' च्या घोषाने दुमदुमू लागलं, पण महाराजांनी हात उंचावून, भक्तांना गप्प केलं.

'आयला! काय करावं या आबांना!' त्यांचा एक मुलगा दुसऱ्याच्या कानात कुजबूजला.

'बोलू देत. काही इलाज नाही. नंतर निस्तरू आपण!' दुसऱ्यांने ओठांची फारशी हालचाल न करता उत्तर दिलं.

'आजपासून दहा दिवसांनी... आश्विन शुद्ध दशमीला आम्ही समाधी घेणार!' महाराजांनी एकदम जाहीर केलं. आणि क्षणभर सभागृहात एकदम मरणाची शांतता पसरली. दुसऱ्या क्षणी तिथे हाहा:करा माजला. लोक आपापसांत बोलायला लागले, काही महाराजांना उद्देशून 'नका नका... आम्हाला सोडून जाऊ नका' म्हणून आक्रोश करायला लागले.

त्यानंतरचे दोन-चार दिवस फार गडबडनि गदारोळाचे गेले. महाराजांना त्यांच्या विचारांपासून परावृत्त करायला गावोगावच्या लोकांची रीघ लागली. नाहीच त्यांनी ऐकलं, तर हे महाराजांचं शेवटचं जिवंत दर्शन! म्हरून गरीब-श्रीमंतांनी आपापल्या कुवतीनुसार त्यांना यथेच्छ दक्षिणा दिली. त्यांची पाद्यपूजा केली.

आणि कोणाच्याही मनधरणीने विचलित न होता, आबांनी एकीकडे समाधीची तयारी सुरूच ठेवली! मठाच्या आवारात एक वटवृक्ष होता. तो महाराजांचा फार लाडका होता. तिथे बसण्यासाठी त्यांनी पार बांधून घेतला होता. या पाराखालची जागा त्यांनी समाधीसाठी जाहीर केली. तिथे खड्डा खणून समाधीची जागा बांधण्याचं काम सुरू झालं. नवव्या माळेला ते जवळपास पूर्णही झालं. आणि...

संध्याकाळच्या सत्संगाच्या वेळी महाराजांच्या मोठ्या मुलाने ही आनंदाची

बातमी जाहीर केली.

तुम्हा भक्तांच्या मनाची वियोगाला तयारी झालेली नाही. ती व्हावी म्हणून आबामहाराज नऊ दिवस प्रयत्नशील आहेत. पण त्यांच्या प्रयत्नांना येश येत नाही. त्यामुळे वरतून आदेश आला आहे- की भक्तांना दु:खसागरात लोटून, महाराजांनी अवतार-कार्य संपवू नये. उद्या महाराज समाधिस्थ होणार नाहीत!

भक्तांनी अत्यांनदाने मठ डोक्यावर घेतला.

दसरा फारच आनंदाने साजरा झाला. महाराजांच्या दोन्ही जावयांच्या हॉटेल्सचं महिन्याचं उत्पन्न काय असेल, असं त्या एका दिवसाचं मठाचं उत्पन्न होतं!

त्या दिवसापासून काय झालं कोणास ठाऊक, महाराज सतत मुलांच्या, नाहीतर जावयांच्या निगराणीतच असायचे. भजन, प्रवचन आरत्या... हे नित्यनेम यथास्थित पार पडायचे. पण पूर्वीसारखे महाराज कोणा भक्ताला एकांतात भेटायचे नाहीत. दरबार भरला, तरी त्यांच्या आजूबाजूला दोघं असायचेच.

महाराजांनी पुन्हा तशी काही घोषणा करून, जनात हाहा:कार माजवू नये, म्हणून ती काळजी घेण्यात येत असावी.

त्यातून एक झालं. आपल्या दमबाजीचं अनन्यसाधारण महत्त्व महाराजांच्या लक्षात आलं. जरा काही मनाविरुद्ध झालं, की ते निर्वाणीची भाषा बोलायला लागायचे! सगळं मनासारखं पार पडलं की त्यांना या असार संसारात सार वाटू लागायचा.

त्यांच्या हट्टीपणाचा मुलांना फार त्रास व्हायचा. त्यांची चिडचिड व्हायची. पण शेवटी महाराजांचं मन वळण्यात मुलं यश मिळवायचीच!

तरी दोन-तीन वेळा महाराज समाधीची घोषणा करण्यात यशस्वी झालेच! ते धाडकन दिवसच जाहीर करून टाकायचे...!

सगळे पहिले पाढे पंचावन्न! भक्तगणांचं शोक-सागरात बडून जाणं... मुलांनी व जावयांनी जीवतोड प्रयत्न करणं... शेवटी 'आदेश' नाही म्हणून महारजांची समाधी पोस्टपोन!

त्यांच्या भक्तांनाही मग त्यांच्या दमबाजीची सवय झाली. ते आपल्यासाठी

समाधी कॅन्सल करतात, हे त्यांच्या लक्षात यायला लागलं. आपोआपच त्यांच्या घोषणेतलं थ्रिल कमी व्हायला लागलं.

मुलं, मुली आणि जावई यातलं मात्र कोणीही गाफील नव्हतं. आबा शेवटी त्यांचंच खरं करणार. ते समाधीच घेणार, याबद्दल त्यांची अगदी खात्रीच होती. त्यांनी मालमवेची वाटणी करणं... महाराजांचं मृत्यूपत्र तयार करणं... मठाचा ट्रस्ट स्थापन करून, त्यावर आपली वर्णी लावून घेणं... सॉलिसिटर आणि वकिलाशी चर्चा करणं... हे सगळं केव्हाच सुरू केलं होते. सहा महिने अविश्रांत परिश्रम घेऊन त्यांनी ही बाजू अगदी भक्कम करून टाकली.

मग, एके दिवशी सर्व भुला-जावयांनी महाराजांना एकातांत सांगितलं,

'आबा... आता तुम्ही म्हणाला त्या दिवशी आम्ही तुम्हाला समाधी देऊ!'

'हरामखोर!...... नालायक!'

बास, एवढं उद्‌गारून महाराजांनी मौनच स्वीकारलं. 'समाधी' याविषयी ते जाहीर वा एकांतात काही बोलायलाच तयार नाहीत!

मुलं, जावई तरी त्या सुवर्णक्षणाची किती वेळ अधीरतेनं वाट पाहणार?

एकदा त्यांनीच हसतमुखानं जाहीर केलं...

'भक्तजनहो... आता मात्र 'वरतून' आदेश आला आहे! महाराजांनी तो तुमच्यापर्यंत पोहोचवण्याचं मंगल-कार्य माझ्यावर सोपवलं आहे! अजून बारा दिवसांनी... चैत्रशुद्ध पौर्णिमेला महाराज समाधिस्थ होतील.'

महाराजांचा चेहरा एकदम उतरला. ते फटकन दहा वर्षांनी म्हातारे दिसू लागले. जळजळीत नजरेनं मुलांकडे पाहात ते 'हरामखोर!... भिकारचोट! नालायक!' अशा नि याहूनही घाण-घाण शिव्या देऊ लागले. पण त्याच वेळी नामस्मरणाचा जयघोष सुरू झाल्याने त्यांच्या शिव्या बहुतेकांना ऐकायलाच गेल्या नाहीत. ज्यांनी ऐकल्या, त्यांनी स्वतःची अशी समजूत करून घेतली, की आता पैलतीराचे जबरदस्त वेध लागल्याने, महाराज स्वतःच्या मलमूत्रादि नरकाने युक्त असलेल्या नरदेहाला उद्देशूनच त्या देतायत!

महाराजांनी मात्र कोणाच्याही नकळत काय खाऊन टाकली! आता 'आदेशच' आला म्हटल्यावर कोणीही आपल्याला समाधी घेण्यापासून परावृत्त

करायला येणार नाही, याची त्यांना खात्रीच पटली!

त्या दिवसापासून महाराजांनी अज्ञातवास पत्करला. ते कोणाला दर्शनही देईनासे झाले. मग नुसत्याच आरत्या... जप... नामघोष असं होत राहिलं.

मुलांच्याही ते पथ्यावरच पडलं. त्यांनी जाहीर करून टाकलं-

'महाराज आता योग-समाधीत गेले आहेत. समाधी घेण्याच्या दिवशीच ते त्यातून बाहेर येतील.'

वृत्तपत्रांनी महाराजांच्या समाधी पोस्टपोन करण्यावर टर उडवणारं लेखन केलं होतं. तीही आता त्यांच्या समाधीच्या बातम्या देऊ लागली होती. दूरदूरचे भक्त या समाधी सोहळ्यासाठी दाखल व्हायला सुरुवात झाली होती. आणि त्यांच्यातलं कोणीही महाराजांपर्यंत पोहोचत नव्हतं. त्यांनी सर्व पाश तटातट तोडले होते म्हणे!

महाराजांपर्यंत गुप्तपणे पोहोचणारा... परिवाराव्यतिरिक्त एक बाहेरचा माणूस-डॉक्टर अंबिके.

तो मोठ्या जावयाचा शाळेपासूनचा मित्र असल्याने, अत्यंत विश्वासू होता. तो महाराजांना दर तास-दोन तासांनी चेक करायचा. औषध, इंजेक्शन द्यायचा. त्यांच्या झपाट्याने उतरू लागलेल्या तब्येतीबद्दल मुला-जावयांना माहिती द्यायचा आणि ते अत्यंत खुटखुटीत, आनंदी असल्याबद्दल शिष्यांनाभक्तांना सांगायचा!

अंबिके हा तसा समजूतदार माणूस होता. म्हणजे, पेशंटचे नातेवाईक योग्य ते पैसे मोजायला तयार असतील, तर त्याला त्यांची अडचण सहानुभूतीने समजू शकायची. सरनाईक परिवाराची अडचण तर त्याने फार खोलात शिरून समजावून घेतली होती.

म्हाताऱ्यानं हाय खाल्ली होती. त्याला समाधीच्या दिवसापर्यंत कसंबसं जगवणं आवश्यक होतं. आणि त्याच्या तश्या प्रयत्नांना तो अत्यल्प प्रतिसाद देत होता! समाधीच्या आधी दोन तास म्हाताऱ्याला काय औषधं-इंजेक्शनं देऊन, त्याला ट्रान्समध्ये पाठवायचा... वगैरे त्यांचे हाप-पाय गळून जाणार नव्हते. त्यांचा धीर त्यांना सोडून जाणार नव्हता... नथिंग! कशाहीकडे लक्ष न देता, ते फक्त त्यांच्या मुलांच्या आधाराने समाधीस्थानी जाऊन, स्थानापन्न

होणार होत!

याच कामासाठी अंबिकेला एक लाख रुपये मिळणार म्हटल्यावर त्यानं इमान राखायला नको?

चैत्र शुद्ध द्वादशी

डॉ. अंबिकेचे होश महाराजांइतकेच उडाले होते.

सकाळपासून तो जंग-जंग पछाडून आबांना मृत्यूच्या जबड्यातून खेचून आणण्यासाठी अविश्रांत झटत होता.

करण्यासारखं काहीच नसल्यामुळे मुलं आणि जावई आलटून-पालटून तिथे रेंगाळून जात होते. प्रश्न विचारून, अंबिकेला भंडावून सोडत होते!

'एनी होप्स...?'

'काहीच सांगता येत नाही! म्हातारा साला कल्पनेबाहेर खचलाय!'

'बास... आणखी दोनच दिवस सांभाळा. मग...'

'यू मेड अ मिस्टेक! त्यांच्या मनाची तयारी न पाहता, तुम्ही तो निर्णय जाहीर करायला नको होता! त्यांना फार म्हणजे फार मानसिक धक्का बसला....!'

'पण.... पाच - सहा वेला त्यांनी समाधी घेतो - घेतो म्हणून लकडा लावला होता की!'

'ते वेगळं, हे वेगळं! आबा तसं जाहीर करायचे, पण 'आदेश' नाही म्हणून तुम्ही तो जिवावरचा प्रसंग टाळायचात! म्हणजे, 'घेतो-घेतो' म्हटलं तरी समाधी घ्यावी लागणार नाही, याबद्दल त्यांना खात्री असायची. आता तुम्हीच 'आदेश' आला म्हटल्यावर, जिवंतपणी सामोरं जाणं यात खूप फरक असतो.

'बघ, तुला तर माहीतच आहे... म्हाताऱ्याच्या जगण्या-मरण्याशी आम्हाला काही देणं-घेणं नाही. तो पौणिमेपर्यंत जगवणं... त्यावर त्याचे एक लाख अवलंबून होते. पैकी पन्नास ॲडव्हान्स मिळाले होते. पण पन्नास बुडू शकत होते की!

लघवीला देखील न जाता अंबिके दिवसभर प्रयत्नांची पराकाष्ठा करीत होता.

रात्री अकराच्या सुमाराला सगळी मुलं, जावई, सुना, लेकी आबांच्या खोलीत एकत्र आले.

'अंबिके....?'

अंबिकेने कपालावरचं घामाचं थारोळं शर्टाच्या बाहीत पुसत, नकारार्थी मान डोलावली.

'नो होप्स- ?'

'नॉट अॅट ऑल! कोणत्याही परिस्थितीत जास्तीत जास्त दोन तास! तीन तास!'

'तुझे सगळे प्रयत्न थकले!'

'आय एम ट्राइंग माय बेस्ट. पण...'

'ते मरो! आबा सकाळपर्यंत तरी राहतील का?'

'आय एम सॉरी!'

''ओके. मग आता आपल्यासमोर दुसरा पर्याय नाही!'

'काय करणार आहात तुम्ही?' अंबिकेनं धास्तावत विचारलं.

'आम्ही नाही; आपण! आपण 'आदेशा' प्रमाणे आबांना आत समाधी देणार आहोत! शेवटपर्यंत त्यांची बुद्धी आणि स्मरणशक्ती शाबूत होती. ते स्वच्छेने समाधिस्थ झाले. याला तू 'डॉक्टर' म्हणून साक्षीदार आहेस.'

खुद्द मुलाच्या तोंडून बापाला जिवंत गाडण्याचा विचार ऐकून अंबिकेच्या डोळ्यांच्या गोट्या कपाळात गेल्या. पण यात तो आता इतका गुंतला होता, की माघार घेताच येत नव्हती.

स्वत:च्या बापाला इस्टेटीकरता जिवंत गाडणारी पोरं ही! आपण 'नाही' म्हणालो तर मिळणारे पैसेही जायचे आणि... आपल्याला लटकावयला ह्यांना किती वेळ लागतो? त्यांच्याच सांगण्यावरून का होईना, आपण आबांच्या तब्येतीबद्दल लोकांना अंधारात ठेवलं आहे. उद्या ह्यांनी डॉक्टरांच्या हलगर्जीपणामुळे महाराजांना आकस्मित मृत्यू आला असं जाहीर केलं, तर इथून बाहेर पडेपर्यंत आपली हाडं नाही शिल्लक राहणार! शिवाय, सनद रद्द होऊन बदनामी होईल ते वेगळंच! त्यापेक्षा... दोन दिवसांनी आबा जिवंत गाडले गेले असते, ते आज!

'विचार कसला करतोयस अंबिके?'

'अं...?' सेकंदात त्यांच्या मनातील भीती जोखत, अंबिकेनं डाव टाकला, 'तुम्ही पन्नास हजार ॲडव्हान्स दिल्याचं मला आठवत नाही...!'

'आम्हालाही ते आठवत नाहीये!... ओके? तयारीला लाग...!'

मध्यरात्रीचे बारा.

फ्लड लाइटच्या प्रकाशात वटवृक्ष, त्याखालचा पार व आसपासचा परिसर उजळला होता. त्या प्रकाशात, मठात मुक्काला असलेले मोजके शे-सव्वाशे भक्त मूकपणे उभे होते.

भाग्यवान खरे!

पौर्णिमेला महाराज समाधी घेणार, अशी बातमी होती. पण त्या वेळी खूप गोंधळ होईल, म्हणून महाराजांनी आज रात्रीचगुपचूप समाधी घेण्याचा निर्णय आता घेतला होता!

ते चुकून या सोहळ्याला साक्षीदार म्हणून हजर होते.

महाराजांच्या आज्ञेप्रमाणे, गडबड होऊ नये, म्हणून मनातल्या मनातच नामस्मरण करायचं होतं. टाळ्या देखील वाजवायच्या नव्हत्या.

अंबिके आणि साऱ्या सरनाईकांनी कुशलतेने झटून आबांना 'तयार' केलं होतं. कोरी करकरीत कफनी, गळ्यात रुद्राक्षांच्या माळा. हार. कपाळाला चंदनाचा लेप. त्यांना त्यांच्या इच्छेप्रमाणे, त्यांच्या चिंतन करण्यासाठी वापरण्यात येणाऱ्या आरामखूर्चीत बसवण्यात आलं होतं. सगळीकडे धूप उदबत्त्यांचा सुवास दरवळत होता.

दोघा मुलांनी आरामखुर्ची उचलली. दोघांनी मागून मान सावरून धरली.

भक्तांच्या मधून खुर्ची येत असताना भक्तांनी लांबूनच दर्शन घेतलं.

अंबिकेनं आबांकडे कयाक्ष टाकला आणि त्याचं हृदय गपकन थांबलं! त्याच क्षणी आबांचं प्राशेत्क्रमण झालं होतं. त्यांच्या तोंडून लाळेचा एक लोळ चिकटपणे त्यांच्या गळ्यातल्या हतरा झिरपत होता!

अंबिके काही बोलला नाही. त्यानं वेड्यासारख्या कुणाला खुणा केल्या नाहीत.

वेग तेवढा वाढवायला लावला!

चला! तेवढंच एक समाधान! आपण 'जिवंत' माणसाला गाडण्यात सहभागी झालो नाही!

समाधी मंदिराचा झाकणाचा दगड काढण्यात आला होता. त्यातून खुर्चीसकट समहाराजांना आत न्यायला कष्ट पडले खरे, पण खालची जागा प्रशस्त होती. खुर्ची नीट मावूनही जागा उरत होती.

सगळे वर येता, गवंड्यानं दगड बसवला. तो सिमेंटनं चिरेबंद केला.

मुलांनी त्या ठिकाणी साश्रुनयनाने फुलं वाहिली. नमस्कार केला.

आता' बोंबला.... हवं तितकं जोरात!

त्यांनी खूण करताच, भक्गण गंभीर, आवाजात उद्गारले,

'सकल शिष्यवत्सल.... भक्तोद्धारक सद्गुरुनाथ स्वामी आबामहाराज की जय!'

नंतर 'दिगंबरा दिगंबरा श्रीपाद वल्लभ दिगंबरा' च्या गंभीर कोरसमधे आपले स्वर मिसळले होते!

दुसऱ्या दिवशीच्या रात्री एका जावयाच्या हॉटेलात, विचार-विनिमयाची ओली पार्टी झाली. त्यात ठरवल्यानुसार, दोन दिवसांत पाचही मुलं स्वामींच्या समाधी मंदिर स्मारकासाठी निधी गोळा करण्यासाठी इंग्लंड, अमेरिका, जपानला असणाऱ्या भक्तांकडे विमानाने रवाना झाले!

❏ ❏ ❏

१०. 'लाट्या' चक्रधर

चाफ्यानं मला बरगडीत ढोसलं. अन्यानं हसू दाबत, कॅन्टीनच्या दरवाज्याच्या दिशेने इशारा केला. बोलणं अर्धवट सोडून मी वळून पाहिलं.

दारात एक मुलगा भांबावल्यासारखा उभा होता. गोंधळल्या चेहऱ्याने बसायला जागा शोधत होता. कालच गँगमध्ये विषय निघाला होता नि आता आमच्यात त्याच्याविषयी बोलणं चाललं होतं.

बाकी पोरं म्हणत होती तसाच तो बकरा दिसत होता. अगदी कृश, उपासमार शरीरयष्टी, गालांची हाडं नागाच्या फण्यासारखी आडवी पसरलेली होती. नाक पोपटाच्या चोचीसारखं आणि हनुवटी टोकदार, रिटायर्ड म्हातारी.

'हाच का तो?'

मी कुतूहलानं त्याचं निरीक्षण करीत विचारलं. पोरांनी माना डोलावल्या.

तेवढ्यात, त्याचं आमच्या दिशेने लक्ष गेलं. चेहऱ्यावर भोजनोत्तर समाधानी हास्य पसरवत, तो पुढे आला. चालताना मात्र तो अतिशय सावध वाटत होता, आणि त्याच्या समाधानी चेहऱ्यावर काहीतरी लॅकिंग वाटत होतं. तो जवळ येताच, जी काही उणीव

होती, ती आमच्या लक्षात आली. त्याच्या नाकावर मोठ्ठा गोरा चट्टा होता. म्हणजेच, त्याला पर्मनंट चष्मा असला पाहिजे, नि या क्षणी तो त्याच्या डोळ्यांवर नव्हता.

'सप्रेम वंदे,मित्रांनो!' घोळक्यातल्या एका रिकाम्या खुर्चीत नजर गाडत तो उद्गारला.

'मी इथे बसू का? कारण, बाकी कुठे जागा दिसत नाही. म्हणून मी इथे बसलो तर तुमची हरकत नाही ना?'

'बाय ऑल मीन्स' मी कोऱ्या चेहऱ्याने म्हणालो.

'तुमचे आभार मानायला हवेत. कारण की, मला तुम्ही बसायला परवानगी दिली. म्हणून तुमचे आभार मानायला हवेत!'

चक्या, अन्या, गज्या....सगळे बुचकळ्यात पडल्यासारखे एकमेकांकडे पाहू लागले. मलाही क्षणभर वाटलं, हा साला आम्हाला चुतिया बनवतोय. त्याची ट्रिक लक्षात आलीय, हे दाखवण्याकरता मी म्हटलं,

'इथे एक खुर्ची रिकामी होती, कारण की, खुर्च्यांपेक्षा एक मुलगा कमी होता. म्हणून इथे एक खुर्ची रिकामी होती. तू बैस. कारण की, इथे खुर्ची रिकामी आहे. म्हणून तू बैस. आणि तू बसलास की खुर्ची रिकामी राहणार नाही. कारण की, तू त्यावर बसलेला असशील, म्हणून ती रिकामी राहणार नाही. एका खुर्चीत एकच मुलगा बसतो. कारण की, दुसरा मावत नाही. म्हणून एकच बसतो.'

चक्या नाका-तोंडातून धुराचे फवारे उडवत जोरतोरात हसायला लागला. अन्यानं हसण्याआधी चहाचा घोट चटकन गिळून घेतला.

'धन्यवाद मित्रा.' खुर्चीत बसत तो म्हणाला. 'हे सारे मित्र हसतात का बरं? कारण की-'

'ते हसतात, कारण की ते व्रात्य आहेत. म्हणून ते हसतात.' मी गंभीर चेहऱ्याने म्हणालो,'तू त्यांच्याकडे लक्ष देऊ नकोस. कारण की ते आणखी चेकाळतील. म्हणून तू त्यांच्यांकडे लक्ष देऊ नकोस.'

सर्वांकडे पाहून तो प्रसन्न हसला.

'आपणा सर्वांचा परिचय नाही. कारण की, मी सदर महाविद्यालयात नवीन दाखल झालो आहे. म्हणून माझा आपणां सर्वांशी परिचय नाही.'

'तू या महाविद्यालयात नवीन आहेस, कारण की, गुदस्तां तू अन्य महाविद्यालयात असशील, म्हणून इथे तू नवीन आहेत.'

'होय. कारण की-'

'कुठे होतास?'

'नाशिकला.....कारण की, माझ्या पिताजींची नेमणूक नाशिकला झालो होती. म्हणून मी तिथे प्रवेश घेतला होता व आता आम्ही पुण्यात दाखल झालो आहोत. कारण की, त्यांची बदली झालीय, म्हणून.'

'तुला नाव असेलच!' चक्या हसू दाबत म्हणाली.

'कारण की,' अन्यानं सुरुवात केली, 'जन्माला आलेल्या प्रत्येक मानवास त्याचे आईवडिल एक नाव ठेवतातच.'

'म्हणून, तुलाही एक नाव असेलच.'

'माझं नाव चक्रधर अंबादास पाटील आहे. कारण की-'

'हा चाफेकर - हा अविनाश - तो पक्या - मी चंदू.'

'ही आमची नावे आहेत. कारण की, आमचं कोणतंही नाव चक्रधर अंबादास पाटील नाही म्हणून ही आमची नावं आहेत.'

चक्रधर अंबादास पाटील नावाचा तो कडेलोट इसमही क्षणभरासाठी बुचकळ्यात पडला. मग, लाजरं हसत म्हणाला.

'तुम्ही माझी फिरकी घेताहात. कारण की, असं वडिलांच्या नावासकट सर्वांचीच नावं सारखी येत नाही, म्हणून परंतु मला थट्टा आवडते, कारण की.. '

'आता तू चहा घेशील. कारण की, आपली आता मैत्री होत आहे. म्हणून आपण चहा घेऊ.'

आम्ही गलका करून यासिनला मोजून चहा आणण्याची ऑर्डर दिली. चहा येताच, प्रसन्न हसत पाटील म्हणाला,

'आता मी चष्मा लावतो. कारण की, मला तुमचे चेहेरे मुळीच दिसत

नाहीयेत. म्हणून-’

‘अँ! इतका वेळ का लावला नव्हतास मग?’

‘इतका वेळ लावला नव्हता. कारण की, तुम्ही मला मित्र म्हणून स्वीकारता की नाही, याची कल्पना नव्हती, म्हणून लावला नव्हता!’

त्याच्या उत्तरातलं लॉजिक आमच्या लक्षात आलं नाही. पण इतरांसमोर त्याला तो लावायची लाज वाटत असावी.

वाटणारच. कारण, त्याची फ्रेम शंभर वर्षांपूर्वीची वगैरे होती. चांदीची गोल. नाकावर बसणारी. काड्या नसलेली.

‘पूज्य’ बापूजींच्याही आधीच्या काळातल्या त्या ऐतिहासिक फ्रेमसकट चक्र्या पाटील मित्र म्हणून त्या दिवशी रीतसर आमच्यात सामील झाली.

चक्र्या कायमच आमच्या कुतूहलाचा विषय होता. कधी तो अत्यंत मोठा वाटायचा, तर कधी फार हुषार. त्याच्या बाबतीत एक मात्र अगदी खरं होतं. त्याचं वागणं बोलणं आणि मैत्री अगदी मनापासूनची अन् प्रामाणिक होती. तो थोडा फार चक्रम होता, यात शंकाच नव्हती. फार भोळेपणानं तो आमच्या करमणुकीचं साधन व्हायचा. आणि दर दहा-पंधरा दिवसांनी तो नव्या लाटेवर स्वार व्हायचा, अन पाहता-पाहता, टिंगल करता-करता, आख्खं कॉलेज त्या लाटेवर नकळत वाहून जायचं. तोपर्यंत हा नवीनच काहीतरी झेंगट घेऊन यायचा.

‘कारण की,’ आणि ‘म्हणून’ची लाट आमच्यामुळे इतकी अनावर पसरली, की कॉलेजात कोणाशी गप्पा मारणं मुष्कील व्हायला लागलं. कडेलोट म्हणजे, वर्गात एका तासाला गुप्ते सरांनी ‘लॉ ऑफ डिमिनिशिंग मार्जिनल युटिलिटी’ शिकवताना वर्गावर ‘बिकॉज’ आणि ‘सो’ ची इतकी बौछार केली, की आमची हसता-हसता पुरेवाट झाली! सरही शेवटी वैतागून म्हणाले,

‘कारण की, आणि म्हणून या दोन्ही शब्दांचा वापर करून तेच दोन-दोनदा सांगण्याची ही सवय मला कुठनं लागली, काही कळत नाही!’

‘सर....!’ चक्र्यानं हात वर केला.

आमच्या पोटात गोळा. की, हे येडं आता खरं बोलण्याचा झटका

येऊन, या सवयीचं उत्तरदायित्व स्वीकारणार! म्हणून, आम्ही 'गप! हात खाली घे' म्हणतोय, तर आणखी ताठ हात करून, हा 'सर' म्हणून ओरडला.

'येस-?'

चक्या गंभीर चेहऱ्याने उठून उभा राहिला. मुलंही श्वास रोखून त्याच्याकडे पाहू लागली. तर हा म्हणाला,

'त्याची दोन कारणं आहेत!'

'कशाची?' सरांनी बुचकळ्यात पडत विचारलं.

'अशी-एखादी सवय लागण्याची?'

'असं म्हणता-?'

'होय. एक म्हणजे आपलला ती सवय लागते, आणि दुसरं कारण असं, की आपण सवय लावून घेतो!'

वर्गात एकदम हास्याचा धबधबाच कोसळला. गुप्तेसर भांबावून-अंड्यातून जस्ट बाहेर आलेल्या कोंबडीच्या पिल्लासारखे इकडे-तिकडे पाहात राहिले. मग, त्यांनी हात वर करून वर्गाला शांत केलं. चक्याला उद्देशून म्हणाले, 'पाटील,तुम्ही आता या तासाला वर्गात दिसणार नाहीत.....याची दोन कारणं आहेत. एक म्हणजे, मी तुम्हाला हाकलून देतो आहे, आणि दुसरं म्हणजे तुम्ही बाहेर जात आहात!'

वर्ग पुन्हा चेकाळल्यासारखा हसायला लागला. चक्क मुलांनीही स्टॅम्पिंग केलं. प्लॅटफॉर्मपाशी येताच, त्यानं हात वर करून मुलांना शांत केलं. गुप्ते सरांकडं पाहून दार्शनिकाच्या आविर्भावात म्हणाला.

'मी वर्गात दिसणार नाही याची दोन कारणं आहेत, सर. पण ती तुम्ही सांगितली ती नाहीत. एक म्हणजे वर्गातून बाहेर पडताच मी या चार भिंतींत असणार नाही, आणि दुसरं म्हणजे वर्गाबाहेर असतानाच मला वर्गातही बसता येणार नाही!'

गुप्ते सरांचा आख्खा तास खाऊन या नव्या लाटेनं कॉलेजवर आक्रमण केलं. कोणत्याही गोष्टीला दोन कारणं असल्याचं युग सुरू झालं. पोरं पार

चेकाळल्यासारखी झाली.

अन्याशी रजनी जोशीची लाइन जमत चालली होती. आता फक्त 'आय लव्ह यू' एवढंच स्पष्टपणे सांगायचं बाकी होत. तर बागेत नेऊन ते येडछाप तिला म्हणालं,

'तुला बागेत बोलवण्याची दोन कारणं आहेत. एक म्हणजे माझं तुझ्यावर प्रेम आहे, आणि दुसरं म्हणजे, दुसरी कोणतीच मुलगी माझ्यावर प्रेम करायला बागेत येणार नाही.'

रजू दुखावली गेली. म्हणाली,

'तू आता इथून जावंस, याची दोन कारणं आहेत. एक म्हणजे, माझं तुझ्यावर प्रेम नाही, आणि दुसरं म्हणजे, चार लोकांत तू माझ्या चपलेचा मार खावास, असं मला वाटत नाही.'

आपलं काय चुकलं तेच अन्याला आधी कळलं नाही. कळलं तेव्हा रजनी निघूनही गेली होती.

हा आपला आला कपाळ बडवत. आम्ही पारावर बसून गप्पा मारीत होतो. आल्या आल्या चक्यावर सुटला.

'भडव्या, रजनीनं मला तीळगुळ दिला! त्याची दोन कारण आहेत. एक म्हणजे तू ही लाट पसरवलीयस, आणि दुसरं म्हणजे, आम्ही या लाटेत सापडलो. आता, मी तुला कुत्र्यासारखा धुतो, याची ही दोन-'

'एक मिनिट!' चक्या नाकावरचा चष्मा काढत म्हणाला, 'रजूनं तुला हलवाई बनवलं असेल तर त्याला दोन कारण आहेत. एक तू तिच्या योग्य नाहीस. आणि दोन तिची योग्यता तुझ्याहून जास्त आहे. तू मला कुत्यासारखा धुणार नाहीस. कारण, एक तर मी कुत्रा नाही आणि दुसरं म्हणजे, मध्यस्थीसाठी मी तुला उपयोग पडेन. कारण, एकतर-'

'ए पक्या! जा, त्या रजूला म्हणावं, कॅन्टीनला ये.'

'कॅन्टीन नको. कारण, तुम्ही कोणी झटकन स्वत:च्या खिशात हात घालणार नाही. आणि दुसरं म्हणजे मी माझ्या खिशात तुम्हाला हात घालू देणार नाही.' चक्या निर्वाणीच्या स्वरात म्हणाला.

शेवटी, सर्वांनुमते रजनीला पारावर बोलवायचं ठरलं. पक्यानं निरोप देताच ती आली. अन्याकडे जळजळीत नजरेनं पाहात राहिली.

'रजनी,' मी पुढाकार घेत विचारलं,'अन्यानं तुला बागेत बोलावलं, तर तू गेली होतीस ना?'

'हो.' ती फणकाऱ्यानं म्हणाली.

'मग, नकारच द्यायचा होता, अन् त्याचा अपमानच करायचा होता, तर बागेत जायचं काय नडलं होतं?'

'मी बागेत जाण्याची दोन कारणं आहेत!' ती आवेशानं म्हणाली, मग 'दोन कारणं' लक्षात येताच, तिनं चकित होत चक्याकडे पाहिलं. अन्याकडे पाहून नजर झुकवत म्हणाली, 'आलं लक्षात. या दोन कारणांनीच सगळा घोटाळा केला आहे. अन्या, तू आज संध्याकाळी मला बोलाव. मी येईन. पण.....दोन कारणं नकोत. कारण एकतर'

आम्ही खदखदून हसायला लागलो. रजूही त्यात सामील झाली. हसण्याचे आवाज ओसरताच चक्या म्हणाला,

'या समेटावर आपण आता हाफ-हाफ चहा घेऊ या. का, कसे? तुम्हा सज्जनांना काय वाटते?

चक्या म्हणजे एक अजब रसायनच होता. तो दिसतो तसा बावळट बकरा नाही, हे तर सिद्धच झालं होतं. पण स्वत:कडे कमीपणा घेऊन, स्वत:चीच टिंगल करण्याची संधी निर्माण करून, नवं काहीतरी घडवत रहायचं.....वातावरण निखळ उत्साही, आनंदी ठेवायचं, हा त्याचा स्वभाव होता. या वातावरणासाठी प्रसंगी तो चार-दोन तडाख्यांच्या देवाण-घेवाणीलाही तयार असेल, अर्थात 'देवाण' पेक्षा 'घेवाणच' जास्त!

एकदा आम्ही पिकनिकला गेलो. कॉलेजात आमचा ग्रुप तसा हॅपी-गो-लकी म्हणून प्रसिद्ध. त्यामुळे आमच्या बरोबर यायला कोणीही एका पायावर तयार. आम्हीच ग्रुप बैठक घेऊन यादी तयार केली. तेवढ्यात मुला-मुलींना गुपचुपपणे सूचना दिल्या. तरीही तीस-चाळीस पोरं झाली.

आम्ही निवडला तो तेव्हा पिकनिक स्पॉट नव्हता. नंतरच्या दहा-बारा

वर्षांत त्याचा पार 'पिकनिक स्पॉट'च झाला! पण तेव्हा तर फार मस्त होता. माहीत असलेली मोजकी माणसं डबे वगैरे घेऊन यायची. कारण, तिथे हॉटेल वगैरे नव्हती. विस्तीर्ण तळं होतं. भोवती झाडी होती. पलीकडे एक शेत होतं. तो शेतकरी मुक्कामाला असला, आणि तुम्ही काही 'वशाट' नेलेलं असलं, तर शिजवून द्यायचा. पण ते बेभरोशी काम होतं. तो नसला तर आपलं आपणच शिजवायचं.

आम्ही स्कूटर्स, मोटारसायकल्स वगैरे घेऊन निघालो. ज्यांना ते शक्य नव्हतं, ते मेनरोडच्या फाट्यापर्यंत ट्रक-एस.टी.ने येऊन, पुढे चार मैल चालायला तयार झाले.

मूड एकदम आनंदी. चक्या फॉर्मात. त्याच्या मेंदूतून निघणाऱ्या नवनवीन शब्दार्थांनी नुसता हलकल्लोळ माजवलेला. कल्पनांनी त्राही भगवान करून सोडलेलं. म्हणे, 'गॅसेस वरून घशातून पास होतात, त्याला आपण 'ढेकर' असं म्हणतो; खालून पास होतात, त्याला 'ढुंकर' का नाही म्हणायचं?'

मध्येच मला विचारलं,

'ए, बेंबी ही प्रत्येकाला असतेच, कार रे?'

म्हटलं, 'हो. म्हणजे.....असणारच की.'

'मला मदत करशील? एकदा साला पालीला बेंबी असती का पहायचंय!'

काय त्याच्या डोक्यातून निघेल....!

तळ्याकाठी सगळे पोहोचलो, तर आमच्या आधी तिथे एक कुटुंब-परिवार दाखल झालं होतं. पोर हुंदडत होती. त्यांचे विस्तीर्ण आई-वडिल तळ्यात हत्तीप्रमाणे जलक्रीडा करीत होते.

आम्हाला पाहताच, आई-हत्तीण डुलत डुलत आपल्या परिवाराकडे निघून गेली. तर हत्ती बुचकळ्या मारीत पाणी लबालबा डिवचत राहिला.

चक्या अनिमिष पाहात होता. त्याचे लुकलुकणारे डोळे पाहूनच हा आता काहीतरी कृती करणार - कॉमेन्ट टाकणार!

कोणालाही मोह व्हावा अशीच परिस्थिती होती. कॉम्पलानचा अख्खा डबा एका वेळी संपवत असल्याप्रमाणे त्या माणसाचं शरीर अवाढव्य नि

थुलथुलीत होतं. एक फ्रेंची सोडली तर ते उघडं होत. आणि त्याच्या बागडण्याने पाणी डचमळत होतं, त्याहीपेक्षा अधिक पाण्याच्या हालचालींनी त्याचं शरीर डुलुडुलु हबकत होतं.

पोरी-बाळी पाहून, त्याची जलक्रीडा तो आवरती घेईलसं वाटलं होतं, पण त्याला जणू देहदर्शन देण्याचा मोहच आवरत नव्हता. उताणा पोहायला लागला की पोटाचं एक नि छातीची दोन अशी तीन कलिंगडं तरंगतायतसं वाटायचं. पालथा झाला की, दोन घमेली पाण्यात उपडी पडून वाहात येत असल्यासारखी दिसायची.

कॉमेन्ट्स करून मुलं खिदळायला लागली. मुली फिदीफिदी हसायला लागल्या. तर लोद्या आणखीनच हावभाव करून करमणूक करू लागला. चक्या किती वेळ गरीब राहू शकणार? त्यानं खूण केली. सगळी मुलं तळ्याभोवती कोंडाळं करून बसली. टाळ्या-शिट्या वाजवू लागली.

दोघां-तिघांनी कपडे काढून पाण्यात उड्या टाकल्या.

आता काही खरं नाही, हे लक्षात घेऊन, फोद्या निथळत वर आला.

समोर चक्या.

भारावून त्याची देहयष्टी पाहतोय.

'काय?' भुवया उडवत त्यानं विचारलं.

'आज अगदी डोळे भरून खात्री पटली.'

'कसली?'

'की माणूस हा सस्तन प्राणी असतो नि पुरुषाचा उघडा देह देखील अश्लील दिसतो!'

आमच्या हसण्याच्या गदारोळात तो 'सस्तन' काय किंचाळाला ते ऐकू आलं नाही, पण तो रानटी अवस्थेतून अजूनही मुक्त झाला नाहीये, हे चक्याला अगदी प्रात्याक्षिकासह समजलं. ते धूड एके काळी ज्युडो अन् कराटेचं चॅम्पियन् होतं! म्हणजे,

आम्हाला आपापल्या घरी यावं लागलं.....

चक्याला हॉस्पिटलात!

वार्षिक परीक्षेची नोटीस लागली, त्या दिवशी मी चक्याला त्या वर्षातलं शेवटचं पाहिलं.

अर्थात, नंतर ज्याला-त्याला आपापला अभ्यास निस्तरायचा असल्याने, प्रत्येक जण व्यस्त होता. कॅन्टीन शांत होतं. पार ओस पडला होता. पिरिअडस्ना बसण्यातला प्रामाणिकपणा वाढीस लागला होता. स्टडीमध्ये तर महाएकादशीचं पंढरपूर झालं होतं. पुस्तकं मिळत नव्हती. पोर्शनमधल्या नव्या टॉपिक्सचे ऐन वेळी शोध लागल्याने, पोरं हवालदिल झाली होती. वर्षभर अभ्यास न केल्याचा प्रत्येकालाच पश्चाताप होत होता.

मीही याला अपवाद नव्हतो. फक्त, मी स्टडीच्या गदारोळात सामील झालो नव्हतो. मी, अन्या, पक्या, रजू....आम्ही सहा-सातजणं मिळून कोणा एकाच्या घरी सांधिक अभ्यासाला बसायचो. अगदी, शेवटचे तीन महिने असा अभ्यास केला, तर आपण पहिले येऊ शकू- इतका कॉन्फिडन्स निर्माण होण्याइतपत आमचा अभ्यास जोरात चालला होता. ज्या डिफिकल्टिज 'विचारा- विचारा' म्हणून सर वर्षभर मागे लागले होते, त्या आता गर्दीने आम्हाला भेडसावत होत्या. या सगळ्या धुमश्चक्रीत आम्हाला चक्याची आठवण यायची; पण तोही हवेत विरल्यासारखा गायबच होता. त्याचं घर कोणालाही माहीत नव्हतं. त्याची आठवण झाली की एक-एक किस्से निघायचे. अभ्यासात थोडा विरंगुळा मिळायचा. अर्थात, त्याच्या आठवणी अभ्यास-स्कॉलर या संदर्भातल्या नव्हत्या, नि आम्ही सध्या अभ्यासात गुंगून गेलो होतो. त्यामुळे आठवणींचे क्षण तसे कमीच असायचे.

अभ्यास, अभ्यास आणि अभ्यास करत शेवटी परीक्षेचा पहिला दिवस उजाडला. मी कॉलेजवर गेलो, तर पाराखाली आमचा ग्रुप जमलेला आणि घोळक्यातून हास्याची कारंजी उडतायत्.

म्हटलं, चक्याच.

मला पाहताच, मिठी मारून बेस्ट लक वगैरे दिला.

'इतके दिवस कुठे गायब होतास?'

'बदली. आम्ही आता नागपूरला स्थायिक झालोत.'

‘नागपूर?’

‘होय. मी परीक्षेसाठी मुद्दाम आलोय.’

‘जाताना काही कळवणं वगैरे आहे की नाही?’

‘गेलोय कुठे? आता जाईन परीक्षा टी.सी....सगळं निस्तरीन त्या आधी. आणि तुम्ही सेंड ऑफ दिल्याशिवाय कसला जातो!’

सहा-सात दिवस परीक्षा चालली. दर पेपरच्या आधी आणि नंतर आम्ही पारावर जमायचो. कोणी कोणते प्रश्न सोडवले? कोण-कोणते सोडले? कोणाची उत्तरं चुकली? कोणाला किती मार्क्स पडतील?- अशा सांघिक चिरफाड व्हायची. गप्पा व्हायच्या. त्यात चक्या असायचा. पण तो आमच्यात असून, आमच्यातला वाटायचा नाही. तो आता नागपूरकर झाला म्हणून हा दुरावा आला होता, का त्याच्या नव्या अलिप्तपणामुळे तो नकळत निर्माण झाला होता, कळायला काही मार्ग नव्हता. पण वर्षभर जो चक्या आमच्यातला होऊन गेला होता - ज्याने आमच्या जोडीनं वात्रटपणा केला होता - पोरांमधली भांडणं सोडवली होती - पोरींची लफडी निस्तरायला मदत केली होती - तोच चक्या आज आम्हाला आमच्यातला वाटत नव्हता, एवढं मात्र खरं.

परीक्षेच्या शेवटच्या दिवशी आम्ही चक्याचा निरोप-समारंभ पाराखालीच आयोजित केला होता. त्याला तो अगदी हळवेपणानं थांबला. त्या निमित्ताने वर्षभरातली आठवणींची फुलपाखरं पुन्हा एकदा मनाच्या आकाशावर विहरली. निरोप - समारंभाला उत्तर द्यायला चक्या उभा राहिला, तेव्हा आमची अपेक्षा होती - वर्षभरातल्या त्याच्या वर्तनाला साजेसं खुसखुशीत भाषण तो आता देईल. पण त्याच्या चेहऱ्यावर गांर्भीय होतं. गोल फ्रेमच्या आड खोल गेल्यासारख्या वाटणाऱ्या डोळ्यांच्या पुष्करिणीत व्यथांची उदासरंगी कमळं कोमेजल्यासारखी वाटत होती. हनुवटीचं टोक नि जबड्यांची हाडं यांची अनावश्यक हालचाल होत होती.

‘मित्रांनो,’ संथ,गंभीर आवाजात तो म्हणाला, ‘आभार.....ज्याचे - ज्याचे, ज्या-ज्या कारणाबद्दल आभार मानावेत, तेवढे थोडेच आहेत. माझ्या आयुष्यातलं एक वर्ष नाशिकला बहाल होतं. त्याआधीचं जळगावला बहाल

होतं. हे वर्ष पुण्याला बहाल झालं. आता मी नागपूरला जात आहे. त्यानंतर, नोकरी निमित्ताने कुठे असेन, ते मलाही सांगता येणार नाही.'

त्याचा मूड पाहून सारी पोरं खरोखरीच्या निरोप-समारंभासाठी जमल्यासारखी गंभीर झाली. ज्यांनी उथळपणे त्याच्याबद्दल घटनात्मक आठवणी सांगितल्या होत्या, त्यांची भाषणं एकदम थिटी वाटू लागली. पोरं उगाचच खुजी होऊन गेली.

'मित्रांनो....वर्षभर मी तुम्हाला हसवलं. आनंद दिला. माझ्या हातून काही चुका झाल्या असतील, कोणी दुखावला गेला असेल; पण त्यातले आनंदाचे क्षण तेवढे लक्षात ठेवून, तुम्ही मला उपकृत केलं आहे. मी तसं वागण्यामागे एक कारण आहे, आणि एकच आहे. दोन कारणं नाहीत.'

त्यांच्या 'दोन' कारणांनी कॉलेजभर जो हंगामा केला होता, तो आठवून, पोरं हसली.

'पाहा. मृत्यू म्हणजे काय? तर, स्थूल मानाने, या जगातून सदेह नाहीसं होणं. म्हणजे, नातेवाईक - आप्त - मित्रपरिवार - कुणालाही पुन्हा न दिसणं. ऐकू न येणं......

'अरे, कायमसाठी आपल्यातून एक मित्र दूर देशी गेला, तर तोही मृत्यूच नव्हे का एक प्रकारचा? तुमच्या दृष्टीने आज माझा एकट्याचा मृत्यू होत आहे. माझ्या दृष्टीने आज माझे पाच-पंचवीस मित्र मरणार आहेत. पत्राने मैत्री ठेवणं वगैरे फार अपवादाने खरं असतं, हे मी माझ्या अनुभवावरून सांगतो. मित्रांनो, परीक्षेच्या तयारीच्या काळात आपण एकमेकांच्या सहवासात नव्हतो, तर आपल्या संबंधात थोडा का होईना परकेपणा आलाच. मग, मी नागपूरला गेल्यावर काय होईल ?.....

'शाळेत असताना कोवळे ऋणानुबंध निर्माण झाले होते. वडिलांच्या बदली निमित्ताने गाव सोडताना खूप जड गेलं. मग, हळूहळू सवय व्हायला लागली. वार करणारी नाती निर्माण होऊच द्यायची नाहीत. बदली होईपर्यंत त्या गावी आनंदात राहायचं. वडील 'चला' म्हणाले, की गावाचा संबंध तुटला. दरवर्षी असे पाच-पन्नास संबंध मृतांत जमा होणं, हेच माझं नशीब!....

'यानंतर आपण पुन्हा भेटू; न भेटू! जेव्हा कुठे 'पुणे' हा शब्द उच्चारला जाईल.....या ना त्या निमित्ताने पुण्याची आठवण निघेल तेव्हा तेव्हा मला तुम्हा सर्वांची आठवण येईल. धन्यवाद.'

चक्या जाणार त्या दिवशी आम्ही त्याला गाडीवर सोडायला गेलो होतो. जाताना त्याला बजावून सांगितले. 'पत्र पाठव', 'खुशाली कळव', 'विसरू नकोस.' साल्यानं 'हो, हो' केलं, पण....

त्यानंतर आजतागायत काही नाही.

नोकरी-संसार.....

जुना झालो आता मी. माझा मोठा मुलगा आता नोकरीच्या शोधात आहे. इतक्या वर्षांमध्ये चक्याच्या इतर आठवणी पुसटल्या आहेत. आठवाव्या लागतात. पण त्याच्या भाषणातला शेवटचा मुद्दा मात्र मनात कोरला गेलाय.

मृत्यूचा.

चक्या म्हणाला ते काय खोटं होतं? तसा विचार केला, तर निरोपाच्या क्षणापासून चक्या आमच्या दृष्टीने मेलेलाच नाही का? त्याला प्रत्यक्ष मरण येताना पाहिलेलं नाही, म्हणून मन त्या कल्पनेचा स्वीकार करीत नाही इतकंच. 'लाट्या' चक्रधरनं त्या वर्षात खूप लाटा पसरविल्या; पण ही लाट कधी काही ओसरली नाही.

आता परवा परवाची एक घटना सांगतो.

माझा मुलगा कुशल. त्याच्या काही मित्रांशी गप्पा मारीत हॉलमध्ये बसलेला असतानाच, मी बाहेरून आलो. त्यांच्यातला एक तेव्हा सांगत होता-

'किंवा, कुशल, तू असं कर, शनिवारवाड्याकडूनच जा.'

'का असं करू?'

'कसं- ?'

'अप्पा बळवंत चौकाकडून जातच नाही.'

'चालेल. किंवा 'सकाळ' ऑफिसवरनं जा, कसं?'

आणि ते सगळे नव्या कुठल्या तरी स्टाइलचा शोध लागल्यासारखे

खदखदून हसायला लागले.

मला क्षणार्धात, चक्या आठवला. मागचा पुढचा विचार न करता, त्या मुलाला विचारलं, 'तू चक्रधर पाटीलचा मुलगा का रे?'

तर, तो नव्हता. त्यामुळे कुशलसकट सगळे 'आ' वासून माझ्या तोंडाकडे पाहात राहिले. त्यांना आता काय सांगू?

हा चक्रधर पाटील ऊर्फ चक्याचा मुलगा नसेल; पण पुढच्या पिढीतला खुद्द चक्रधरच आहे!

दर पिढ्यांमध्ये असे चक्रधर निर्माण होतात. नव्या नव्या स्टाइल्स काढून लाटा पसरवत राहतात नि कालांतरानं विस्मृतीच्या आड जातात. पुन:पुन्हा जन्माला येत राहतात. चक्याच्या 'मृत्यू' संदर्भात मात्र पुनर्विचार करायला हवा. कारण, महाविद्यालयं आहेत शिक्षण घेणारी मुलं-मुली आहेत. त्यांचा उत्साह अष्टपैलू आहे, तोपर्यंत दर बॅचला दर ठिकाणी, एक तरी चक्या असणारच. नाही का?

❑ ❑ ❑

CPSIA information can be obtained
at www.ICGtesting.com
Printed in the USA
LVHW040016170623
750044LV00018B/32

9 788172 947903